ஒளி ஓவியம்

சி.ஜெ. ராஜ்குமார்

பாகம் 1

டிஸ்கவரி பப்ளிகேஷன்ஸ்
எண்: 9, பிளாட் எண்: 1080A, ரோஹிணி பிளாட்ஸ்
முனுசாமி சாலை, கே.கே.நகர் மேற்கு,
சென்னை - 600 078. பேச: 99404 46650

ஒளி ஓவியம்
(Introduction to the Art of Film Lighting)
ஆசிரியர்: சி.ஜெ.ராஜ்குமார்©

Oli Oviyam
Author: **C.J.RAJKUMAR**©

Printed: Ramani Print Solutions, Chennai -5.
1st Edition: April - 2016, 2nd Edition: Dec - 2021
வெளியீட்டு எண்: 0057   ISBN: 978-93-84301-70-5
Pages: 120

Rs. 350

Design & Photos: **Kalaikuviyal**
Back Cover Photo: **Kamalanathan**

Publisher • *Sales Rights*

Discovery Publications	**Discovery Book Palace (P) Ltd**
No. 9, Plot,1080A, Rohini Flats, Munusamy Salai, K.K.Nagar West, Chennai - 600 078. Mobile: +91 99404 46650	No. 6, Mahaveer Complex, Munusamy Salai, K.K.Nagar West, Chennai-600 078. Ph: (044) 4855 7525 Mobile: +91 87545 07070

discoverybookpalace@gmail.com
WWW.DISCOVERYBOOKPALACE.COM

இந்த நூலில் பிரசுரமாகியுள்ள எந்த ஒரு பகுதியையும் பதிப்பாளரின் எழுத்துபூர்வமான முன்அனுமதி பெறாமல் எடுத்தாள்வதோ, மறுபிரசுரம் செய்வதோ, மொழியாக்கம் செய்வதோ, அச்சு மற்றும் மின்னணு ஊடகங்களில் மறுபதிப்புச் செய்வதோ, காப்புரிமைச் சட்டப்படி தடை செய்யப்பட்டுள்ளது. இந்த நூலிலிருந்து குறிப்பிட்ட பகுதிகளை மேற்கோள்காட்டி புத்தக விமர்சனம் செய்ய, ஊடகங்களுக்கு மட்டும் அனுமதி உண்டு.

உங்கள் மொபைல் போனிலிருந்து ஸ்கேன் செய்து 'டிஸ்கவரி புக் பேலஸ்' மொபைல் ஆப்பை டவுன்லோடு செய்து, புத்தகங்களை வாங்குங்கள்.

Guru Dutt

V.K. Murthy

சமர்ப்பணம்
இயக்குநர் குரு தத் மற்றும் ஒளிப்பதிவாளர் வி.கே.மூர்த்தி ஆகியோரின் நினைவுக்கு...!

அணிந்துரை

ஒளிப்பதிவு துறையில் மிகவும் இளமையானதும் புதுமையானதுமான ஒளியமைப்பு கலை விஞ்ஞானத்துடனும் தொழில்நுட்பத்துடனும் இணைந்து செயல்படுவதாகும். இந்தக் கலையில் ஆளுமை பெற்று வெற்றி பெற நினைப்பவர்களுக்கு படைப்பாற்றல் மட்டுமே அல்லாமல் விஞ்ஞானத்திலும் தொழில்நுட்பத்திலும் ஈர்ப்பு இருக்க வேண்டியது மிகவும் அவசியமாகிறது. ஏனெனில், ஒளிப்பதிவாளர்கள் மிக நவீன தொழில்நுட்பக் கருவிகளை அனுதினமும் திறமையுடன் கையாள வேண்டி இருக்கும்.

பல ஒளிப்பதிவாளர்களிடம் இந்த குணாதிசயங்கள் இருப்பதை அவர்களது காட்சிகளுக்கு மெருகூட்டுவதில் அவர்களோடு உறுதுணையாக நின்று செயலாற்றிய எனது பல்லாண்டு கால லாபரட்டரி அனுபவத்தை வைத்து உறுதியாகக் கூறமுடியும்.

ஒளியை எவ்வாறு அளப்பது, அதற்கு வேண்டிய கருவிகள் யாவை, இந்த கருவிகள் தரும் முக்கிய தகவல்களை எவ்வாறு கையாண்டு ஒளியை கட்டுப்படுத்துவது, பல்வேறு நிறங்களின் தன்மை, காட்சியின்/பிம்பத்தின் அழகையும் நேர்த்தியையும் நிர்ணயிக்கும் ஒளி அளவை (Exposure) எவ்வாறு துல்லியமாக கணக்கிடுவது, எத்தனை வகையான ஒளி விளக்குகள் (Lights & Luminaries) உள்ளன, எந்தத் தருணத்தில் அவை பயன்படுத்தப்படுகின்றன மற்றும் ஒளியமைப்பில் கலைநயம் (Aesthetics) போன்ற ஏராளமான தகவல்களையும் விளக்கங்களையும் அவருடைய முந்தைய புத்தகங்களைப் போலவே எளிமையாகவும் தெளிவாகவும் நுணுக்கமாகவும் எழுதியுள்ளார்.

இந்தத் துறையில் சாதிக்க விரும்பும் ஆரம்பநிலை இளம் ஆர்வலர்களுக்கும் மாணவர்களுக்கும் மட்டுமல்லாமல் இத்துறையில் ஏற்கனவே பணிபுரிந்து வரும் தொழில்நுட்பக் கலைஞர்களுக்கும் அவர்களது பணியின் தரத்தையும் செயல்திறனையும் மேம்படுத்துவதற்கு இந்நூல் பெரும் உதவியாக இருக்கும்.

இப்புத்தகம் பரவலாக படிக்கப்பட்டு தமிழ்த் திரையுலக ஒளிப்பதிவின் தரத்தை மேலும் உயர்த்த உதவும் என்பதில் எனக்கு முழு நம்பிக்கை உள்ளது.

S. சிவராமன்,
பிரசாத் ஃபிலிம் லாபரட்டரி, சென்னை

*****

பதிப்புரை

தமிழில் திரைப்படத்துறை சார்ந்த தரமான தொழில்நுட்ப நூல்கள் இல்லையே என்ற குறையை போக்கியவர் ஒளிப்பதிவாளர் சி.ஜெ.ராஜ்குமார். அந்த அளவுக்கு தான் சார்ந்த துறைக்கும், தமிழுக்கும் அவர் கொடுத்துள்ள மற்றுமொரு முக்கியமான புத்தகம்தான் "ஒளி ஓவியம்"!

திரைப்படத்துறையில் ஒளியமைப்பின் பங்கு மகத்தானது. இயக்குநரின் மனநிலையைக் காட்சிப்படுத்துவதில் ஒளிப்பதிவாளரின் முக்கியமான சவால், காட்சிகளுக்கேற்ப ஒளியமைப்பதேயாகும். அப்படி ஒளியமைக்கும்போது ஒரு ஒளிப்பதிவாளர் எவற்றையெல்லாம் கவனிக்க வேண்டும் என்ற பொதுவான கேள்விக்கு "ஒளியைமட்டும் அல்லாமல் நிழலையும் கவனிக்க வேண்டும்" என்கிறார் நூலாசிரியர்.

"இருட்டு என்பது குறைந்த ஒளி", என்று பாரதி சொன்னபடி பார்த்தால் ஒளியமைப்பில் இருட்டை அமைப்பதும் சேர்ந்துவிடுகிறது. இதை வாசிக்கும்போது மிகப்பெரிய ரகசியம் ஒன்று பிடிபட்டு விட்டதைப்போன்ற ஒரு உணர்வு எழுகிறது. இதுபோல ஒளியமைப்பில் உள்ள பல்வேறு ரகசிய முடிச்சுகள் மற்றும் ஒளியின் சரித்திரத்தில் துவங்கி, உலக/இந்திய ஒளிப்பதிவாளர்கள் ஒளியை எப்படி கையாண்டார்கள் என்ற விபரங்களையும் தனக்கே உரிய பாணியில் பதிவு செய்கிறார்.

ஒளிப்பதிவாளர் சி.ஜெ.ராஜ்குமாரின் ஒவ்வொரு புத்தகத்தையும் அழகுற வடிவமைக்கும் கோவை கலைக்குவியல் அரவிந்த் அவர்களுக்கும் இந்த நேரத்தில் டிஸ்கவரி புக் பேலஸின் நன்றியைத் தெரிவித்துக் கொள்கிறேன்.

மு.வேடியப்பன்,
பதிப்பாளர்

*****

வாழ்த்துரை

ராஜ்குமாரின் 'ஒளி ஓவியம்' புத்தகத்தை முழுவதும் படித்தேன். ஒளியைப் (Lighting) பற்றி அவர் வரைந்துள்ள ஓவியம் மிக அருமையானது. அவருடைய தொழில்நுட்ப ஒளியைக்கண்டு பெருமைப்படுகிறேன்.

பலவகை ஒளிகளின் நுட்பங்களை தொகுத்துக்கூறியுள்ள தன்மை இந்த புத்தகத்தை ஒரு 'பல்துறை தகவல் களஞ்சியமாக'(Encyclopaedia) உருவாக்கியிருக்கிறது.

ஒளிப்பதிவுத் துறையில் கடலளவு செய்திகள் உள்ளன. அதில் தேடல்களும் தொடர்ந்து நடந்த வண்ணம் உள்ளது. அத்தகைய தேடல் திறன் உள்ளவர்களுக்கு இந்நூல் புதியதொரு பரிமாணத்தில் பாடத்திட்டமாகவும், இத்துறையில் தேர்ந்தவர்களுக்கு பக்கத்துணையாகவும் விளங்கும் என்பதில் ஐயமில்லை.

ஒருவரின் வாழ்க்கைக்கு ஒளி தருவது ஊக்கமே ஆகும். அவ்வாறான ஊக்கமும் உழைப்பும் ராஜ்குமாரிடம் நிரம்ப இருக்கின்ற காரணத்தால்தான் இந்த துறையில் இதுபோன்ற ஒளி ஓவியங்களை அவரால் தொடர்ந்து படைக்க முடிகிறது.

அவரது படைப்புகள் தொடர வேண்டும். திரைத்துறையினருக்கும் மக்களுக்கும் பயனுள்ள வகையில் அமைந்திடவேண்டும் என்று வாழ்த்துகிறேன்.

ஒளிப்பதிவாளர் B. கண்ணன்,
(பொதுச்செயலாளர்)
தென்னிந்திய திரைப்பட ஒளிப்பதிவாளர்கள் சங்கம்.

*****

நூல் அறிமுகம்

இருள் சூழ்ந்த அரங்கில் ரசித்துப் பார்க்கப்படும் திரைப்படத்தை உருவாக்க ஒளி மிகவும் அவசியமாகிறது. படத்தயாரிப்பு பரிணாம வளர்ச்சியடைந்து கால மாற்றத்திற் கேற்ப புதிய கருவிகள் கண்டுபிடிக்கப்பட்டு திரைப்படங்கள் எடுக்கப்பட்டு வருகின்றன. எனவே மாறிவரும் தொழில்நுட்பத்தினை அறிந்துகொள்ளும் அறிவு தொழில் வல்லுநர்களுக்கு அவசியம்.

ஓவியனுக்கு வண்ணங்களும் தூரிகையும் வரைவதற்கு காகிதமோ சுவரோ துணியோ (கேன்வாஸ்) தேவைப்படுவது போல ஒரு ஒளிப்பதிவாளருக்கு ஒளிப்பதிவு சாதனங்கள் தேவை. அவற்றைக்கொண்டு இயக்குநரின் கற்பனைக்கு ஏற்றவிதமாக ஒளிப்பதிவு செய்ய அவர் ஒரு ஒளி ஓவியராக மாற வேண்டும். ஒளியை பற்றி நன்கு அறிந்தவராகவும் இருக்கவேண்டும்.

ஒளியை ஓவியமாகத் தீட்ட ஒளிப்பதிவாளருக்கு உதவும் ஒளிப்பதிவு கருவிகள் அவற்றின் செயல்முறை விளக்கங்கள் பயன்பாடுகள் பற்றி மட்டுமல்லாமல், இளைய தலைமுறையினர் பயன்பெற ரெம்ப்ரண்ட், கியாரஸ்க்யூரோ, ஸ்பிளிட் லைட்டிங் ஆகிய ஒளியமைப்பு முறைகளை எந்த சூழ்நிலையில் எவ்வாறு அமைக்க வேண்டும் என்பதையும் மிகவும் நுட்பமாக விளக்கியுள்ளார். சிறந்த ஒளிப்பதிவிற்கு தேவையான உத்திகள், கருவிகளை இயக்குவதற்கான நுண்ணறிவு பற்றியும் இப்புத்தகத்தில் தெளிவாக எழுதியிருக்கிறார் ராஜ்குமார்.

ஒரு காலத்தில் பிரமிப்பை ஏற்படுத்திய திரைப்படக்கலை இன்று பாமரர்களாலும் புரிந்து கொள்ளப்பட்டு விமர்சிக்கப்படுமளவிற்கு மாறியுள்ளது. இந்நூல் கற்றோரின் பார்வையை விசாலப்படுத்தும். மற்றவர்களுக்கு சினிமா என்ற வாழ்க்கைப் பயணத்திற்கு வெளிச்சமாக அமையும் என்பது திண்ணம்.

ஒளிப்பதிவாளர். ராபர்ட் ஆசீர்வாதம்,
சென்னை.

*****

வாழ்த்துரை

விருதுகள் வென்ற படங்கள் தொடக்கம் பல வியாபார படங்கள் வரை பணிபுரிந்தவர் கோயமுத்தூரைச் சேர்ந்த நண்பர் சி.ஜெ. ராஜ்குமார். ஒரு படத்திற்கான கதைக்கருவை உள்வாங்கி அந்தப் படத்திற்கான பிரதியை பல தடவைகள் படித்து ஒவ்வொரு காட்சிக்கும் தேவையான சகல முன்தயாரிப்பு வேலைகள் செப்பனிடுதலிலும், இயக்குநருடன் கலந்துரையாடி மெருகேற்றலுக்கான ஆயத்தங்களைச் செய்வதிலும் மிகுந்த நேரத்தை ஒதுக்குவதில் பின் நிற்காதவர்.

ஒரு காட்சியின் உச்சபட்ச சட்டகத்தை கொணரும் பொருட்டு செய்ய வேண்டியவற்றில் கொடுக்கப்பட்ட வளங்கள் போதுமானதா இல்லையா என்பதற்கப்பால் அந்தத் தரத்தை வழங்குவதற்கு அவர் கொடுக்கும் உழைப்பு அபாரமானது.

தொழில் சார்ந்து பெற்ற கல்வியும் தொடர்ச்சியான தேடலின் ஊடாக விசேடமாக டிஜிற்றல் தொழில்நுட்பம், சினிமா உற்பத்திச் சாதனங்கள் மீது தொடர்ச்சியாக ஏற்படுத்திவரும் தாக்கத்தை உள்வாங்குவதும் புதிய தொழில்நுட்ப கேள்விகளுக்கு ஈடு கொடுக்கும் வகையில் ஒளிப்பதிவுக் கருவிகளில் ஏற்பட்டுவரும் தொடர் மாற்றங்களை இற்றைப்படுத்தி தன்னைத் தயார் நிலையில் வைத்துக் கொள்ளும் ஒரு ஒளிப்பதிவாளர்.

இவர் எழுதி வெளிவந்த ஒளிப்பதிவு சார்ந்த புத்தகங்களைப் பெற்றுக் கொள்ளும் சந்தர்ப்பம் அண்மையில் சென்னை சென்ற சமயம் எனக்கு கிடைத்தது. ஆசிரியர் சி.ஜே.ராஜ்குமார் நேரில் சந்தித்துக் கொடுத்ததில் இரட்டிப்பு மகிழ்ச்சி. புத்தகங்கள் தொடர்பாக ஒரு சிறு பத்தியையாவது எழுத வேண்டும் என்று எண்ணியிருந்தாலும் அதற்கான கால அவகாசம் இப்பொழுதுதான் கிடைத்திருக்கிறது.

பொதுவாக, சினிமா தொடர்பான நூல்கள், சினிமா தத்துவங்கள் அல்லது படங்களின் விமர்சனங்கள் சினிமாவின் புதிய போக்குத் தொடர்பாக அமைவதுண்டு. சினிமாத்துறையில் பயில்வோருக்கு தேவையான தத்துவார்த்த நூல்கள் ஏராளமாகக் கிடைக்கும். ஆனால் விசேடமாக அதுவும் தமிழில் ஒளிப்பதிவு தொடர்பாகவும் அதன் நுணுக்கங்கள் தொடர்பாகவும் அந்த நுணுக்கங்களை, கற்பனா எண்ணக் கருக்களை விம்பங்களாக்குவதற்கான கருவிகளின் பயன்பாடு தொடர்பாகவும், அதனை பயன்படுத்தும் முறைகள் தொடர்பாகவும் அறிந்து கொள்வதற்கான நூல்கள் இல்லை என்றே சொல்லலாம். அழகிய நல்ல தமிழ் கலைச் சொற்களோடு சாதாரணனும் புரிந்து கொள்ளக்கூடிய மாதிரி ஒரு பிரதியினை ஆக்குவது என்பது மிகக் கடினம். அந்தக் கடினத்தை உடைத்து மெருகுபடுத்தி யாரும் புரிந்து கொள்ளக்கூடிய விதத்தில் கொடுத்திருக்கிறார் ராஜ்குமார்.

இதில் மிக முக்கியமான விடயம் என்னவெனில் ஒளிப்பதிவாளர்களுக்கு மட்டுமல்லாமல் இயக்குநர்களுக்கும் சினிமா துறைசார் மாணவர்களுக்கும் பயனளிக்கக் கூடிய அமைப்பில் இந்த நூலை உருவாக்கியிருப்பது அவரது பன்முக ஆளுமையை நிரூபிக்கும் ஒரு செயலாகவே கருத இடமுண்டு.

அதனால்தான் சினிமா கற்பிக்கப்படும் பல இடங்களில் இவரது நூல்கள் பாடநூலாக இணைக்கப்பட்டிருக்கின்றன.

உலகமயமாதல் தகவலை உள்ளங்கைக்குள் கொண்டுவந்திருக்கும் இன்றைய சூழலிலும் கூட புதிது புதிதாக களம் இறங்கும் காமிராக்களும் அவை சார்ந்த உதிரிகளும் பற்றி கற்றுக் கொள்வதும் அவ்வாறான தகவல்களைப் பெற்றுக் கொள்வதும் கடினமாகவே இருக்கின்றது. அந்தக் குறையை நீக்கி ஒரு சினிமாக்காரனின் கையேடாக வைத்திருக்கக் கூடிய இந்த நூல் நிச்சயமாக எதிர்கால சினி சிருஸ்டிகளுக்கு பெரிய வரப்பிரசாதம் என்பதில் இரண்டாவது கருத்து இருக்காது என்பது என் உறுதியான நிலைப்பாடு.

இயக்குநர்.புதியவன் ராசையா.
லண்டன்.

*****

முதல் பாகம்

பொருளடக்கம்

1.	ஒளியின் வரலாறு	11
2.	ஒளி மதிப்பீடு	15
3.	லைட் மீட்டர்கள்	21
4.	க்ரே கார்ட்	27
5.	நிறம்	29
6.	நிற வெப்பம்	39
7.	ஒளி விளக்கு வகைகள்	42
8.	விளக்கு அமைப்புகள்	48
9.	துணை சாதனங்கள்	57
10.	ஒளியமைப்பு	60
11.	ஒளி விகிதம்	67
12.	ஒளியைக் கட்டுப்படுத்தும் முறை	69
13.	ஒளி ஓவியம்	74
14.	ஒளியின் நிலைகள்	87
15.	ஒளி உளவியல்	95
16.	வெளிப்புற ஒளியமைப்பு	100
17.	லைட்ஸ்	105
18.	ஒளியமைப்பு குழு	117

இயற்கை ஒளியின் ஆதாரம் சூரியன். சூரிய ஒளி என்பது சூரியனில் இருந்து வெளிப்படும் மின்காந்தக் கதிர்வீச்சின் ஒரு பகுதியாகும். இவை கண்ணுக்கு தெரியும் ஒளிக்கதிர்கள், அகச்சிவப்பு மற்றும் புற ஊதா ஒளிக்கதிர்கள் ஆகியவற்றின் கலவையாகும்.

இவ்வுலகில் பல உயிரினங்களுக்கு இன்றியமையாததாக இருக்கும் ஒளிச்சேர்க்கை நிகழ்வுக்குச் சூரிய ஒளி மிகவும் அவசியமான ஒன்றாகும். புவியில் உயிர்கள் வாழ்வதற்கு சூரிய ஒளியே வாழ்வாதாரமாகும். ஒளிச்சேர்க்கை மூலம் தாவரங்களில் சேகரிக்கப்படும் சூரிய ஆற்றல், பூமியின் அனைத்து உயிர்களின் ஆதார ஆற்றல் ஆகும். மேலும் பூமியின் காலநிலை மற்றும் வானிலை ஆகியவையும் சூரியனைச் சார்ந்தே உள்ளன.

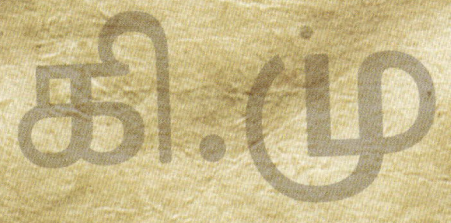

கி.மு

- கி.மு 70,000ல் உடைந்த பாறைகளில் இயற்கையாகக் கிடைக்கும் பாசி அல்லது விலங்குகளின் கொழுப்பை ஊறவைத்து நெருப்பில் பற்ற வைத்து ஒளி உருவாக்கப்பட்டது.
- கி.மு. 4500ல் எண்ணைய் விளக்குகள் தோன்ற ஆரம்பித்தன.
- கி.மு 3000ல் மெழுகுவர்த்திகள் கண்டுபிடிக்கப்பட்டன.
- கி.மு 900ல் பாரசீக அறிஞர் முகமது இபின் ஜகாரியா அல் ரசி (Muhammad Ibn zakariya al-razi) மண்ணெண்ணெய் விளக்கைக் கண்டுபிடித்தார்.
- 1780ம் ஆண்டில் சுவிஸ் நாட்டைச் சேர்ந்த வேதியியல் நிபுணரான ஏம்மி ஆர்கண்ட் (Aime Argand) கண்ணாடி சுடர் விளக்கை உருவாக்கினார்.
- இழையை கண்ணாடி குமிழியில் பொருத்தி அதில் வெப்பத்தைப் பாய்ச்சி ஒளியை உருவாக்கினார்.

- 1792ம் ஆண்டில் ஸ்காட்லாந்தைச் சார்ந்த வில்லியம் முர்டோக் (William Murdoch) எரிவாயு மூலம் ஒளியை உருவாக்கினார்.

- 1806ம் ஆண்டு ஹம்ப்.்.ரி டேவி (Humphry Davy) என்ற ஆங்கிலேயர் ராயல் சொசைட்டி (Royal Society) அமைப்பின் முன் இரு கரித்துண்டுகளுக்கிடையே மின்பொறி உருவாக்கி ஒளியைக் காண்பித்தார்.

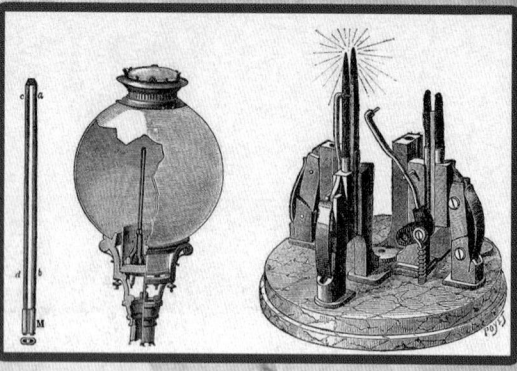

yablochov

- 1854ம் ஆண்டில் ஜெர்மனி நாட்டைச் சார்ந்த ஹென்ரிக் கோபல் (Heinrich Goebel) வெண்சுடர் விளக்கை (incandescent lamp) உருவாக்கினார். கரி பூசிய மூங்கில் இழையை கண்ணாடி குமிழியில் பொருத்தி அதில் வெப்பத்தைப் பாய்ச்சி ஒளியை உருவாக்கினார்.

- 1876ம் ஆண்டில் ரஷ்யாவைச் சார்ந்த பவெல் யாப்லாச்கோவ் (Pavel Yablochkov) மெழுகுவர்த்தியால் ஆன கார்பன் வில் விளக்கை உருவாக்கினார். அது முதன் முறையாக பாரிஸ் நகரத் தெருக்களில் பயன்படுத்தப்பட்டது.

- 1879ம் ஆண்டு நீண்ட நேரம் ஒளியூட்டும் விளக்கை தாமஸ் ஆல்வா எடிசன் (Thomas Alva Edison) அறிமுகப்படுத்தினார். காற்று புகாத கண்ணாடி பல்பில் கார்பன் இழையில் மின்சாரம் பாய்ச்சி சுமார் 40 மணி நேரம் எரியும் விளக்கை உருவாக்கினார். பின்னர் பல்வேறு பரிசோதனைகளுக்கு உட்படுத்தப்பட்டு 1500 மணி நேரம் எரியும் விளக்கைக் கண்டுபிடித்தார்.

- 1906ம் ஆண்டில் டங்ஸ்டன் இழைகளால் (tungsten filament) ஒளிவிளக்குகள் உருவாக்கப்பட்டன.

- 1911ம் ஆண்டில் ஜார்ஜ் க்ளோட் (Georges Claude) நியான் விளக்குகளை (neon lamp) உருவாக்கினார்.

- 1924ம் ஆண்டில் திரைப்படத்துறைக்குப் பயன்படும் வகையில் ஆகஸ்ட் அர்னால்ட்(August Arnold) கண்ணாடி பிரதிபலிப்பான் (mirrorreflector) கட்டமைப்புடன்கூடிய ஒளிவிளக்கை உருவாக்கினார்.

Thomas Alva Edison

1882 Street lamp Los angeles

• 1882ம் ஆண்டில் லாஸ் ஏஞ்சல்ஸ் நகரத்தில் கட்டடங்களைவிட உயர்ந்து காணப்படும் தெரு விளக்கு.

• 1896ம் ஆண்டு ஃபிரான்ஸ் நாட்டில் அமைக்கப்பட்டிருந்த தெரு விளக்கு.

1896 street lamp at France

• 1924ம் ஆண்டில் திரைப்படப் படப்பிடிப்பிற்கு மின்சக்தியை அளிக்கும் விமான இன்ஜின் (aircraft engine) கொண்ட நடமாடும் ஜெனரேட்டர் தயாரிக்கப்பட்டது.

• 1926ம் ஆண்டில் எட்மண்ட் ஜெர்மர் (Edmund Germer) படரும் ஒளி விளக்கிற்கு (fluorescent lamp) காப்புரிமை பெற்றார்.

• 1927 களில் ஸ்டான்லி மேக்கேண்ட்லஸ் (Stanley Mccandless) நவீன நாடகத்திற்கான ஒளியமைக்கும் முறை பற்றிய குறிப்புகளை வெளியிட்டார்.

• 1930 ஆண்டில் ஃப்ளாஷ் விளக்குகள் (flash bulbs) ஒளிப்படக்கலையில் பரவலாக பயன்படுத்தப்பட்டன.

• 1932ம் ஆண்டில் ஹாலந்து நாட்டில் சோடியம் விளக்குகள் தயாரிக்கப்பட்டன.

• 1937ம் ஆண்டு ஆரி நிறுவனம் ஃப்ரநெல் (Fresnel) விளக்குகளை அறிமுகப்படுத்தியது.

• 1944ம் ஆண்டு ஒளிப்பதிவாளர் லூசியன் பல்லார்டு (Lucien Ballard) தி லாட்ஜர் (The Lodger) திரைப்பட உருவாக்கத்தின் போது ஓபி (Obie) என்ற சிறிய ஸ்பாட் ஒளி விளக்கை வடிவமைத்தார்.

• 1952ம் ஆண்டு ஆரி நிறுவனம் சக்தி வாய்ந்த 20 கிலோவாட் (20kw) திறன் கொண்ட விளக்கை அறிமுகப்படுத்தியது.

• 1970 களில் ஆரி நிறுவனம் ஆரிசோன் 2000 என்ற பகல் வெளிச்சத்தன்மையுடைய செயற்கை ஒளிவிளக்கை அறிமுகப்படுத்தியது. ஜெர்மனியிலும் திரைப்படத்துறைக்கு மிகவும் பயனுள்ள ஹெச்.எம்.ஐ. (HMI) பகல் வெளிச்ச விளக்குகள் அறிமுகமாயின.

• 1987ம் ஆண்டில் திரைப்பட ஒளிப்பதிவுப் பயன்பாட்டிற்கு ஏற்ப டியூப்லைட் வடிவிலான கினோ ஃப்ளோ (Kinoflo) ஒளிக்கருவிகள் உருவாக்கப்பட்டன.

• நவீன எல்.இ.டி. (LED) ஒளிவிளக்குகள் 1999ம் ஆண்டில் அறிமுகமானாலும் 2010ம் ஆண்டிலிருந்துதான் அவை பரவலான பயன்பாட்டிற்கு வந்தன.

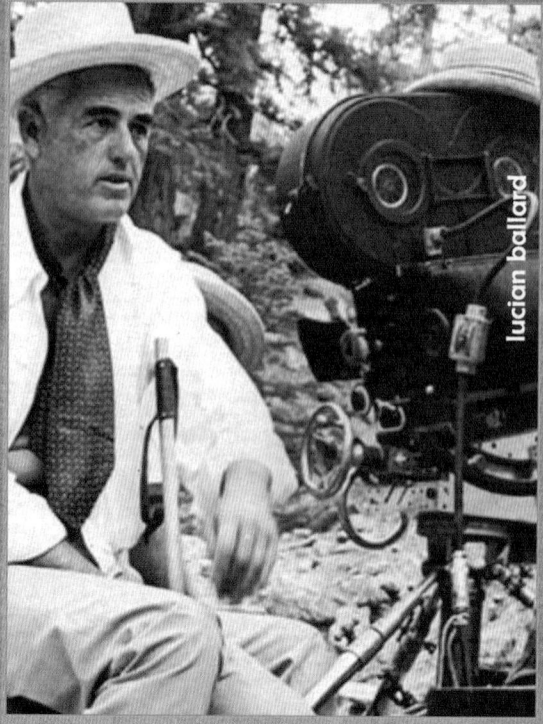

lucian ballard

sodium lamp

mirror reflector light

ஒளி மதிப்பீடு
(Light Measurement)

ஒளியானது கதிரியக்க ஆற்றல் கொண்டது. அடிப்படையில் அலை மற்றும் துகள்களான

ஃபோட்டான்களால் உருவாகிறது. வெண்ணிற ஒளியானது அனைத்து நிறங்களையும் சம அளவில் உள்ளடக்கமாகக் கொண்டது.

ஒளியை பிரதிபலிக்கவும் (reflect or bounce), வளைக்கவும் (bent or refract), வடிகட்டவும் (filter) முடியும்.

ஒளியின் அலைநீளம் (wavelength) வேறுபடும் போது அதன் நிறங்களும் மாறுபடுகின்றன.

சிவப்பு நிறம் அதிக ஒளி அலைநீளம் கொண்டது. ஊதா நிறம் குறைந்த ஒளி அலைநீளம் கொண்டதாகும்.

ஒளி மதிப்பீடு

ஒளியின் அளவும் (quantity) தரமும் (quality) பல்வேறு முறைகளில் மதிப்பீடு செய்யப்படுகிறது.

ஒளி மதிப்பீடு

ஃபுட் கேண்டல்ஸ்
(Foot Candles)

ஒளியின் அளவை நிர்ணயிப்பதற்கு அதனை மெழுகுவர்த்தி ஒளிர்வுடன் ஒப்பிடும் முறைக்குப் பெயர்தான் ஃபுட் கேண்டல்ஸ் எனப்படும்.

மெழுகுவர்த்தி வெளிச்சத்தின் வெளிப்பாட்டை சதுர அடி கணக்கீடுகளுடன் செய்யப்படுகிறது.

ஒளியின் அளவு 1 ஃபுட் கேண்டல்ஸ் என்றால், அது ஒரு மெழுகுவர்த்தியின் வெளிச்சம் ஒரு சதுர அடிக்கானதாகும்.

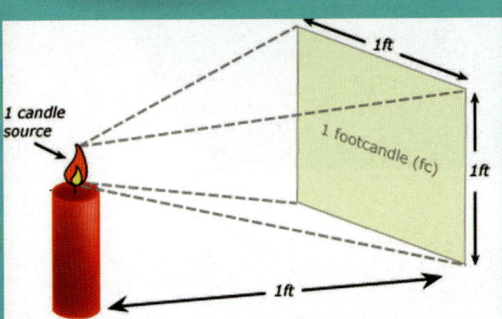

(Foot Candles)

ஒளி மதிப்பீடு

லுக்ஸ்(LUX)

ஒளியின் அடர்த்தியை அளவிடும் முறைகளில் ஒன்றுதான் லுக்ஸ்.

1 லுக்ஸ் என்பது, ஒற்றை மெழுகுவர்த்தியின் வெளிச்சம் ஒரு மீட்டர் தூரத்து வரை ஆகும்.

சீதோஷ்ண நிலை	ஃபுட் கேண்டல்ஸ்	லுக்ஸ்
பகல் சூரிய வெளிச்சம்	10219.3	110000
மேக மூட்டம் (பகல்)	92 - 185	1000 - 2000
மாலை நேரம்	38	400
அந்தி வெளிச்சம்	1	10.8
நிலா வெளிச்சம்	-	0.25
சூரிய உதயம் / அஸ்தமனம்	4	40

பொதுவான பரிந்துரை அல்லது காணப்படும் ஒளி அளவு மதிப்பீடுகள்:

இடம் (உட்புறம்) Interior	ஃபுட் கேண்டல்ஸ்	லுக்ஸ்
திரையரங்கம்	14	150
பள்ளிக்கூடம் / வீடு	24	250
மருத்துவமனை	92	1000
அலுவலகம் / சந்தை	70	750

லுக்ஸ் (LUX)

எதிர் விகித இருபடி விதி
(Inverse Square Law)

இந்த விதியின் மூலம் ஒளியின் அடர்த்தி அதன் தூரம் கொண்டு வேறுபடுவதை அறிய முடியும்.

ஒளியின் அளவானது அதன் சதுர தூரத்திற்கு தலைகீழ் விகிதத்தில் அளவு விகிதம் கொண்டுள்ளதாகக் கருத வேண்டும்.

உதாரணம்: படமாக்கும் பொருளிலிருந்து ஒரு மீட்டர் தூரத்தில் ஒளி விளக்கு வைக்கப்பட்டு ஒளியின் அளவு எடுக்கப்படுகிறது.

அதே ஒளி பொருளிலிருந்து இரண்டு மீட்டர் தூரத்தில் சதுர அடியின் விகிதம் நான்கு ஆகிறது. அதன் தலைகீழ் விகிதம் 1/4 ஆகிறது.

எதிர் விகித இருபடி விதியின் படி பார்த்தால் ஒரு மீட்டர் தூரத்தில் இருந்த வெளிச்சம் இரண்டு மீட்டர் தூரத்தில் அந்த பொருளில் 1/4 ஒளி அளவே இருக்கும். அதாவது 75% சதவிகித ஒளி இழப்பீடு இருக்கும்.

ஒளியானது ஒரு மீட்டர் தூரத்திலிருக்கும் அளவானது இரண்டு மீட்டர் தூரத்தில் அளவிடும்போது பாதி அளவு தான் குறையும் என்று நாம் மனதில் நினைப்போம். ஆனால் இன்வர்ஸ் ஸ்க்வையர் லா என்று ஆங்கிலத்தில் அழைக்கப்படும். இவ்விதியின் மூலம் பார்த்தால் ஒளியானது இரண்டு மீட்டர் தூரத்தில் ஒளியின் அளவு 1/4 பங்கு மட்டுமே இருக்கும். அதே மூன்று மீட்டர் தூரத்தில் 1/9 அளவே ஒளியிருக்கும்.

அதே போல ஒளிக்கருவியிருந்து 8 அடிக்கு நகர்த்தினால் ஒரு அடியிலிருந்த வெளிச்சத்தை விட 1/64 அளவு ஒளியே இருக்கும்.

Inverse Square Law

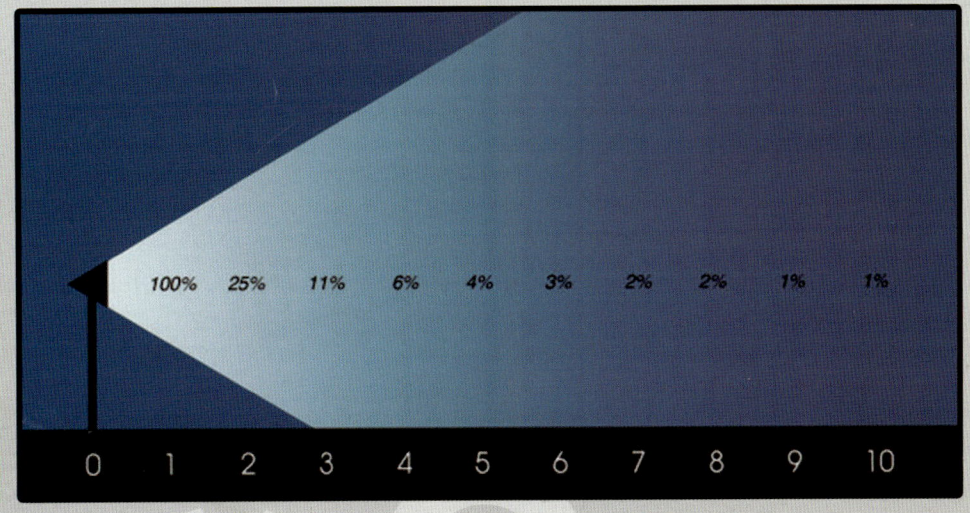

17

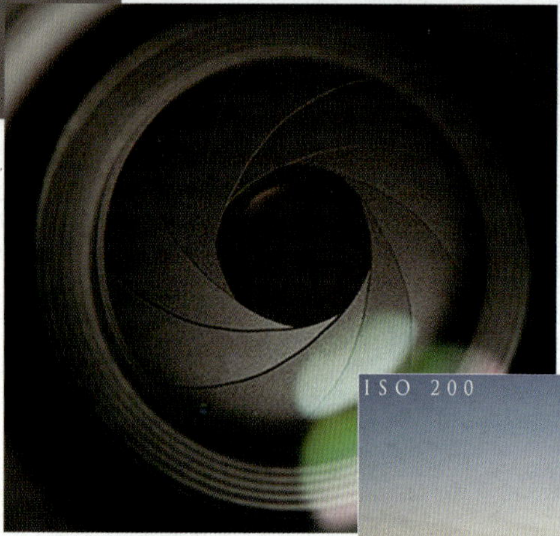

Iris

f/1.8 f/2.8 f/4.0
f/5.6 f/16 f/22

ISO 200 ISO 3200 ISO 6400

ISO Chart

எக்ஸ்போசர் (Exposure)

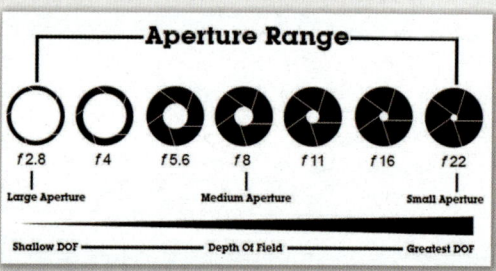

எக்ஸ்போசர் என்பது ஒளியின் அளவைத் தீர்மானிப்பது. அதை காமிராவின் மூன்று முக்கிய செயல்களான

• ஐ.எஸ்.ஓ

• அப்பர்சர்

• ஷட்டர் வேகம் / ஷட்டர் ஆங்கிள்

ஆகியவற்றை வைத்து கணக்கிடப்படுகிறது.

நாம் படமாக்கும் காட்சிக்கு சரியான எக்ஸ்போசர் தேர்வு செய்வதன் மூலம்தான் தனித்தன்மை அடைய முடியும்.

சரியான எக்ஸ்போசர் இல்லாவிட்டால் ஒளியமைப்பு சிறப்பாக இருந்தாலும் வெளிப்படாமல் போய்விடும்.

எக்ஸ்போசர் பற்றி மதிப்பிடும்போது,

• சரியான எக்ஸ்போசர் (correct exposure)

• அண்டர் எக்ஸ்போசர் (under exposure)

• ஓவர் எக்ஸ்போசர் (over exposure) என்று மதிப்பிடப்படுகிறது.

சரியான எக்ஸ்போசர் (Correct Exposure)

வெளிச்சப் பகுதியையும் இருண்ட பகுதியையும் சரியான விகிதத்தில் கணக்கிட்டு பதிவு செய்தால் நல்ல நிறத்தன்மை, கான்ட்ராஸ்ட் (contrast) அடைய முடியும்.

சரியான எக்ஸ்போசர் என்பது வெளிச்சம் மற்றும் இருண்ட பகுதிகளில் உள்ள ஒளி அளவு சரியாக இருப்பதேயாகும்.

அண்டர் எக்ஸ்போசர் (Under Exposure)

குறைவான ஒளி மதிப்பீட்டின் வெளிப்பாடே அண்டர் எக்ஸ்போசர் ஆகும். காமிராவில் உள்ள அப்பர்சர் மற்றும் ஷட்டர் வேகத்தை காட்சியின் வெளிச்சத்தை சரியாக உணராமல் அல்லது குறைந்த ஒளியை காமிராவில் பதிவு செய்யும் போது ஒளிப்படத்தில் நிறம் மற்றும் கான்ட்ராஸ்ட் பாதிக்கப்படும்.

ஓவர் எக்ஸ்போசர் (Over Exposure)

ஒளி அளவை சரியாக மதிப்பிடாமல், தேவைக்கு அதிகமான ஒளியை காமிராவில் பதிவு செய்தால் அது ஓவர் எக்ஸ்போசர் ஆகும்.

ஓவர் எக்ஸ்போசர், நாம் பதிவு செய்தவற்றை வெளுப்பாக்கிவிடும்.

பொதுவாக, இன்று தயாரிக்கப்படும் டிஜிட்டல் காமிராக்களில் தானியங்கி முறையில் காமிராவை இயக்கினால் பெரும்பாலும் சரியான எக்ஸ்போசர் கிடைத்துவிடும்.

எக்ஸ்போசர் நிர்ணயிக்கும் முக்கிய அம்சங்களான,

• அப்பர்சர் - காமிராவுக்குள் எவ்வளவு ஒளி செல்ல வேண்டும்?

• ஐ.எஸ்.ஓ. - எவ்வளவு ஒளி உணர்வு திறன்?

அப்பர்சர் மதிப்பீட்டு எண்கள்

F 1.2, 1.8, 2, 2.8, 4, 5.6, 8, 11, 16, 22, 32...

இதில் எண்கள் கூடக்கூட ஒளியின் அளவு காமிராவுக்குள் செல்வது குறையும்.

குறைந்த எண் - அதிக ஒளி!

அதிக எண் - குறைந்த ஒளி!

ஐ.எஸ்.ஓ. (ISO)

ஒளியானது சென்சாரில் படும்போது ஒவ்வொரு காமிராவிற்கென்று உணர்திறன் நிலை (sensitivity) உள்ளது. அது ஐ.எஸ்.ஓ. எண்களால் அளவிடப்படுகிறது. அதிக ஐ.எஸ்.ஓ. (ISO) எண்களால் காமிராவில் ஒளி உணர்திறன் அதிகரிக்கிறது. குறைந்த ஐ.எஸ்.ஓ. (ISO) எண்களால் காமிராவில் ஒளி உணர்திறன் குறைகிறது.

அதிக ஒளியிருந்தால் பொதுவாக குறைந்த ஐ.எஸ்.ஓ. எண்ணை பயன்படுத்துவார்கள். குறைந்த ஒளியிருந்தால் காட்சியை சரியாக பதிவு செய்ய ஒளி உணர்திறனை அதிகரிக்க வேண்டி ஐ.எஸ்.ஓ.வை அதிகரிப்பார்கள்.

காமிராவில் சென்சாரின் திறனைக் கொண்டே ஐ.எஸ்.ஓ. செயல்பாடுகள் இருக்கும்.

பொதுவாக ஐ.எஸ்.ஓ. 100, 200, 400, 500, 640, 800, 1000, 1600, 2000 இப்படி இன்றைய நவீன டிஜிட்டல் காமிராக்களில் 10,000 வரை உள்ளன. அதேபோல அதிக ஐ.எஸ்.ஓ. எண்களைப் பயன்படுத்தும்போது காட்சிகளில் இருண்ட பகுதிகளில் புள்ளிகள் தோன்றும் (digital noise).

ஒளி அளவை கட்டுப்படுத்த ஒளிப்பதிவாளர்கள் மூன்று முக்கிய உத்திகளைக் கையாள வேண்டும்:

எந்த ஐ.எஸ்.ஓ. எண்ணை காமிராவில் பயன்படுத்த வேண்டும் என்று தீர்மானிக்க வேண்டும்.

பிறகு லென்ஸில் உள்ள அப்பர்சர் மற்றும் ஷட்டர் ஸ்பீட் மூலமாகவும் செயல்படுத்த வேண்டும்.

லைட் மீட்டர்கள்

லைட் மீட்டர்கள்
(Light Meters)

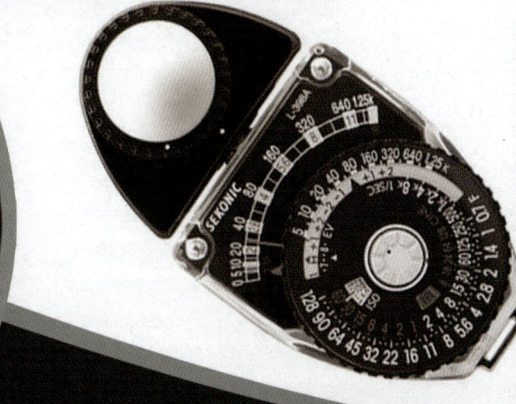

திரைப்பட ஒளிப்பதிவில்
பல்வேறு அளவுகோல்களில் வெளிச்சம் கட்டமைக்கப்படுவதால் ஒளியின் அளவைத் தீர்மானிக்க லைட் மீட்டர்கள் பயன்படுத்தப்படுகின்றன.

ஒளி மீட்டர்கள் மூலம் ஒளிப்பதிவாளர்கள் ஒளியின் பல்வேறு மதிப்பீடுகளைப் பெற முடியும். அந்த மதிப்பீடுகளைக் கொண்டே எக்ஸ்போசர் (Exposure) தீர்மானிக்கப்படுகிறது.

ஒளி மீட்டர்கள் இரண்டு முக்கிய தொழில்நுட்ப வேறுபாடுகளுடன் தயாரிக்கப்படுகின்றன.

1. இன்சிடென்ட் (Incident Light meter) ஒளிமீட்டர்கள்.
2. ரிஃப்ளெக்டட் (Reflected Light meter) ஒளிமீட்டர்கள்.

Reflected light meter

இன்சிடென்ட் ஒளிமீட்டர்

இவ்வகை கையடக்கமான ஒளிமீட்டர்களானது நாம் படமாக்கப் போகும் கூறுகள் மீது படரும் ஒளியின் அளவை தீர்மானிக்க உதவுகிறது.

இன்சிடென்ட் ஒளிமீட்டர்களை நேரடியாக காமிராவை பார்த்தவாறு நாம் படமாக்கப்போகும் கூறுகளின் மிக அருகாமைக்குச் சென்று ஒளியை நோக்கி இயக்க வேண்டும்.

இன்சிடென்ட் ஒளிமீட்டர் மேற்பகுதியில் வெண்ணிற அரைவட்ட வடிவிலிருக்கும் கோன் (cone) மீது ஒளி படும்போது அதற்குள்ளே ஃபோட்டோ எலக்ட்ரிக் செல் (photo electric cell) மின்சாரத்தை ஏற்படுத்துகிறது. அதன் அளவை தீர்மானிப்பது மைக்ரோ அம்மீட்டர் (micro ammeter). ஒளி அளவு கூடும்போது மின்சார சக்தியும் கூடுகிறது.

ஒளி மீட்டரை ஒளி வரும் திசையை நோக்கித் திருப்பி மீட்டரில் உள்ள பொத்தானை இயக்கும்போது அது ஒளி மதிப்பீடுகளைக் காட்டும்.

அதற்கு காமிராவில் நாம் எந்த ஒளி உணர்வு திறன் எண்களான ஐ.எஸ்.ஓ. (ISO) பயன்படுத்துகிறோம் மற்றும் நொடிக்கு எவ்வளவு ஃபிரேம் ரேட் (frame rate) வைத்து இயக்கப்போகிறோம் என்பதை தீர்மானித்துவிட்டு அதற்கேற்ப ஒளி மீட்டர்களின் மூலம் ஒளியின் அளவை அறிய முற்படவேண்டும்.

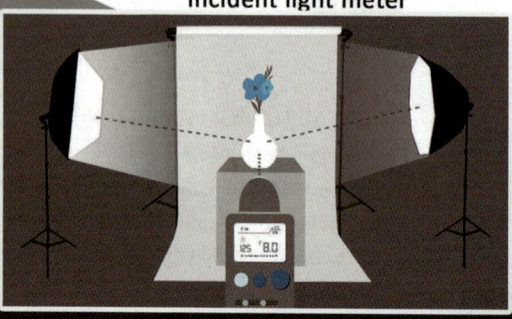

Incident light meter

பிரதிபலிக்கும் ஒளி மீட்டர்

இன்சிடென்ட் ஒளி மீட்டர், நாம் படமாக்கும் கூறுகளின் மீது ஒளி படும் அளவை தீர்மானிக்கிறது. பிரதிபலிக்கும் ஒளி மீட்டர் கொண்டு காமிரா இருக்கும் இடத்திலிருந்தே ஒளி மதிப்பீடுகளை செய்யலாம்.

அதாவது நாம் படமாக்கும் கூறுகள் மீது பட்டு பிரதிபலிக்கும் ஒளியின் அளவை தீர்மானிக்கும் வல்லமை பெற்றது.

ஒளியானது நிறம் மற்றும் பொருளின் தன்மைக்கு ஏற்றவாறு மாறுபட்டு பிரதிபலிக்கும். அதனால் பிரதிபலிக்கும் ஒளி மீட்டர் இதன் வேறுபாடுகளை கணக்கிடவல்லது.

இன்றைய டிஜிட்டல் காமிராக்களில் காணப்படும் முக்கிய தொழில்நுட்பம் ஹிஸ்டோகிராம் ஆகும்.

ஹிஸ்டோகிராம் (Histogram)

டிஜிட்டல் காமிராவானது ஒளியின் தொனி (light tones) அடிப்படையில் ஒரு வரைபடத்தை உருவாக்குகிறது. காமிராவின் ப்ராஸஸர் நாம் பதிவு செய்யும் பிக்சல்களின் ஒளிர்வை இருண்ட பகுதியை பூஜ்யத்திலிருந்தும் முழு வெண்மை பகுதியை 255 ஆகவும் பிரிக்கிறது (0 -255 scale). இதன் அடிப்படையில் ஹிஸ்டோகிராம் என்ற வரைபடத்தில் செங்குத்தான கோடுகள் உருவாகின்றன.

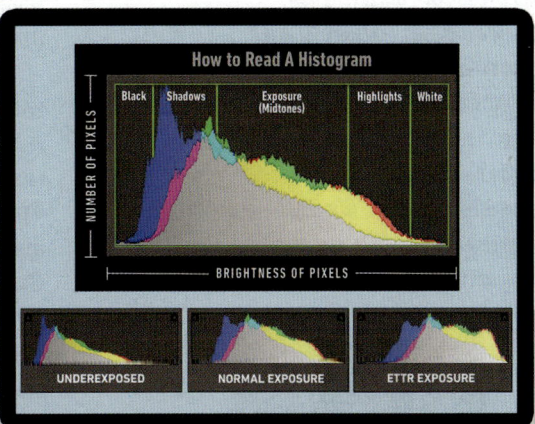

இடது பக்க கோடுகள் - இருண்ட பகுதியாகவும்
வலது பக்க கோடுகள் - வெளிச்ச பகுதியாகவும் அறியப்படுகின்றன.

நாம் காட்சிக்கு தேவையான எக்ஸ்போசர் வைத்த பின்னர் காமிராவின் ஹிஸ்டோகிராம் மூலம் ஒளி மதிப்பீடுகளை செங்குத்தான கோடுகளில் உருவாக்குகிறது.

கோடுகள் இடது பக்கம் சாய்ந்தால் இருண்ட பகுதி என்றோ அல்லது தேவைக்கு குறைவான எக்ஸ்போசர் உள்ளதாக கருத்தில் கொள்ளலாம்.

கோடுகள் வலது பக்கம் சாய்ந்தால் நாம் பதிவு செய்யவிருக்கும் வெளிச்சப்பகுதிகள் அதிகம் இருக்கலாம் அல்லது தேவைக்கு அதிகமான எக்ஸ்போசர் மதிப்பீட்டு அளவு இருப்பதாகக் கருதலாம்.

காமிராவில் மலை போன்ற வடிவத்தில் ஹிஸ்டோகிராம் கோடுகள் தோன்றினால் நாம் படமாக்கும் ஒளியின் அளவிற்கு ஏற்ப காமிரா எக்ஸ்போசர் சரியாக இருப்பதாகக் கருத்தில் கொள்ளலாம்.

பொதுவாக காட்சியின் ஒட்டுமொத்த எக்ஸ்போசர் அளவை தீர்மானிக்க ஹிஸ்டோகிராம் உதவும். ஆனால் நாம் பயன்படுத்தும் பல்வேறு ஒளியின் தனிப்பட்ட கணக்கீடுகளை செய்ய இயலாது. அதற்கு ஒளிமீட்டர்களைக் கொண்டே தீர்மானிக்க இயலும்.

பிரபல ஒளி மீட்டர்கள்

சிக்கானிக் எல் - 398 ஏ (L-398A) இன்றும் ஒளிப்பதிவாளர்களின் நம்பிக்கையைப் பெற்ற மேனுவல் ஒளி மீட்டர் ஆகும்.

இதனை இயக்க பாட்டரிகள் தேவையில்லை என்பது இந்த ஒளி மீட்டரின் சிறப்பம்சம்.

சிக்கானிக் எல் 398 ஏ அனலாக் வகை ஒளி மீட்டரானது பொடிமம் மின்கலம் (amorphous photo cell) கொண்டு மின் சக்தியை பெறுவதால் இதற்கு பாட்டரிகள் தேவையில்லை. இந்த அனலாக் மீட்டரில் நாம் ஐ.எஸ்.ஓ. செட்டிங்கை தேர்வு செய்த பின் ஒளியின் திசையை நோக்கி ஒளி மீட்டரில் உள்ள பொத்தானை அழுத்தினால் ஒளியின் தன்மைக்கு ஏற்றவாறு முள் (needle) இயங்கும்.

முள் எந்த எண்களை காட்டுகிறதோ அதற்கேற்றவாறு அப்பர்சர் போன்ற தகவல்களை அறியலாம்.

மிக அதிகமான ஒளி இருக்கும் போது, குறிப்பாக சூரிய ஒளியின்போது ஹை-ஸ்லைட் (high slide) ஒளி மீட்டரின் மேற்புறத்தில் உள்ள துவாரத்தில் பொருத்தி பயன்படுத்த வேண்டும். இல்லாவிட்டால் மீட்டரில் உள்ள முள் செயலற்றுப் போய்விடும்.

குறைந்த வெளிப்புற ஒளி அல்லது உட்புறத்தில் செயற்கை ஒளி பயன்படுத்தும் போது ஹை-ஸ்லைட் தேவையிருக்காது. அப்போது அதை கழற்றி ஒளி மீட்டர் பின்புறத்தில் பத்திரமாக சொருக வேண்டும். ஹை-ஸ்லைட் பயன்படுத்தும்போது குறிக்கும் எண்களை H என்ற குறியீட்டிற்கு மதிப்பிட்டு பார்க்கவேண்டும். அதே போல ஸ்லைட் இல்லாமல் ஒளி மீட்டரை இயக்கும்போது L என்ற குறியீட்டிற்கு மதிப்பிட்டு பார்க்க வேண்டும்.

ஒளி மீட்டரில் உள்ள வெண்ணிற கோன் சுழலும் தன்மையுடையது. அதனால் ஒளியின் திசைக்கு ஏற்றவாறு நிலைக்கொள்ளலாம்.

சிக்கானிக் அனலாக் ஒளிமீட்டர் உதிரிகளாக கொடுக்கப்படும். லூமி கிரிட் (Lumi grid) மூலம் மீட்டரின் மேற்புறத்தில் அரைவட்ட கோனை அகற்றி லூமி கிரிட்டை பொருத்தி பிரதிபலிக்கும் ஒளியின் தன்மையை (reflected light reading) அறியலாம்.

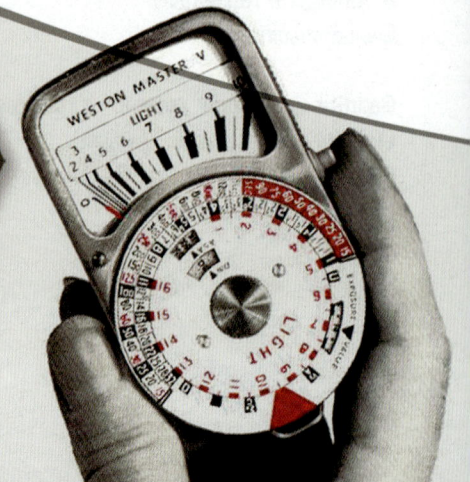

சிக்கானிக் எல் - 758 சினி ஒளிமீட்டர் (SeKonic L-758 cine)

இன்றைய டிஜிட்டல் யுக பயன்பாட்டிற்கு ஏற்ப வடிவம் பெற்றிருக்கும் ஒளி மீட்டர் சிக்கானிக் எல்-758 சினி. இது டிஜிட்டல் ஒளி மீட்டர் என்றும் அறியப்படுகிறது. பாட்டரிகளால் இயங்கும் இந்த மீட்டர் பல தகவல்களைப் பெற மிக எளிதாக இயக்கும் வசதியே இன்றைக்கு பல ஒளிப்பதிவாளர்கள் இதனைப் பயன்படுத்துவதற்கு மிக முக்கிய காரணியாகும்.

எல்-758 சினி மீட்டரில் ஐ.எஸ்.ஓ. ஃபிரேம் ரேட் போன்றவற்றை நாம் உறுதி செய்த பின் ஒளியின் திசையை நோக்கி பொத்தானை அழுத்தினால் ஒளியின் மதிப்பீடுகளை அப்பர்சர், ஃபுட் காண்டல்ஸ், லுக்ஸ் (Lux), லாம்பர்ட் (Lombert) எண்கள் மூலம் மீட்டரில் உள்ள திரவ படிக திரையில் காணலாம்.

அனலாக் மீட்டர் போல இதில் ஸ்லைட் பயன்பாடு அல்லது முள் எண் குறியீடு அறிந்து மதிப்பீடு செய்ய வேண்டியதில்லை. நேரடியாகவே ஒளியின் மதிப்பீடுகளை அறியலாம்.

சிக்கானிக் எல்-758 சினி முக்கிய சிறப்பம்சம் நாம் தேர்வு செய்யும் காமிராவின் இயக்காற்றல் (dynamic range) தகவல்களையும் அறிய முடியும். அதற்கு யூ.எஸ்.பி. கேபிள் (USB cable) வழியாக காமிராக்களின் காட்சி படிமத்தின் தகவல்களை கம்ப்யூட்டர் மூலம் சிக்கானிக் டிஜிட்டல் ஒளி மீட்டரில் பதிவு செய்யலாம். இதைக் கொண்டு குறிப்பிட்ட ஒளித்தன்மையில் காமிரா இயக்காற்றல் அதற்கேற்ற எக்ஸ்போசர் ஆகியன ஒளிப்பதிவாளர்களுக்கு மிகவும் பயன்படும் தொழில்நுட்பத் தகவல்களாகும்.

ஸ்பாட் மீட்டரிங் பிரதிபலிக்கும் ஒளியின் தன்மை அறிய டிஜிட்டல் மீட்டரை இயக்கும் வசதியும் உள்ளது.

SeKonic L-208

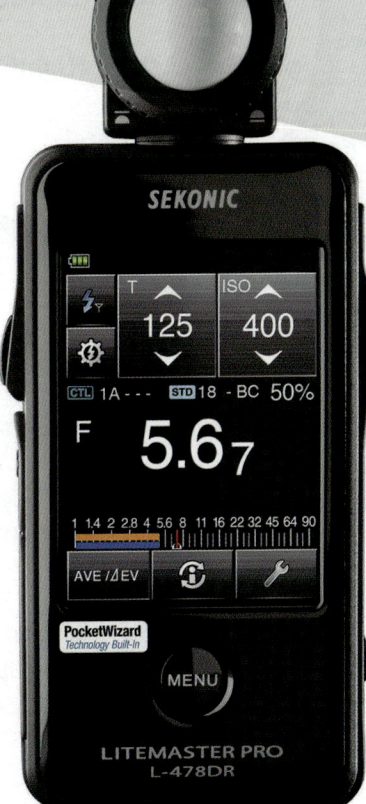

ஒளிப்பதிவு இயக்குநர்களுக்கு ஒளி மீட்டர்கள் முக்கிய கருவியாகும். காட்சிக்கு பல்வேறு திசை மற்றும் அளவுகோள்களில் ஒளியமைப்பை நிர்மாணிக்க வேண்டி ஒளி மீட்டர் மூலம்,

ஒளி மீட்டரின் பயன்கள்

ஒளிச்செறிவு (Intensity)

எக்ஸ்போசர் (Exposure)

ஒளியின் விகிதம் (Lighting Ratio)

ஆகியவற்றை மதிப்பீடு செய்யவும் அதன் கணக்கீடுகளைக் கொண்டு ஒளியின் அளவுகளை மாற்றியமைக்கவும் உதவும்.

படப்பிடிப்பின்போது மட்டுமல்லாமல் படப்பிடிப்பு நடக்கும் முன்னர் படப்பிடிப்பிற்கான லொகேஷன் தேர்வு செய்யும்போதும் ஒளிமீட்டர்கள் பெரிதும் பயன்படும்.

ஒளிப்பதிவாளர்கள் லொகேஷன் தேர்வு செய்யும்போது அப்போது உள்ள ஒளியமைப்பையும் அறிய இவை பெரிதும் உதவும். அதற்கேற்றவாறு ஒளிக்கருவிகள் மற்றும் படப்பிடிப்பிற்குத் தேவையானவற்றை முடிவு செய்ய ஏதுவாக இருக்கும்.

திரைப்பட ஒளிப்பதிவில் மிக நுட்பமான எக்ஸ்போசர் மற்றும் சரியான நிறத்தன்மையை அடைய சாம்பல் நிற அட்டையை பயன்படுத்துகிறார்கள். இது க்ரே கார்ட் (grey card) என்று ஆங்கிலத்தில் வழங்கப்படுகிறது.

G சாம்பல் நிற அட்டை (Grey Card)

சாம்பல் நிற அட்டையானது சுமார் 12 இன்ச் அளவிலானது. இருண்ட மற்றும் வெளிச்சப் பகுதியின் இடைநிலையில் 14 முதல் 18 சதவிகிதம் ஒளியைப் பிரதிபலிப்பதால், இவற்றை நாம் படமாக்கும் கூறுகளுக்கு முன்னால் வைத்து அதன் மீது படும் ஒளியை கணக்கீடு செய்யும்போது மிகச் சரியான எக்ஸ்போசர் அறிய உதவும்.

மிகவும் அதிக ஒளி மற்றும் நிற வேறுபாடு கொண்ட அமைப்பில் படமாக்கும் போது எக்ஸ்போசர் தீர்மானிப்பது என்பது ஒளிப்பதிவாளர்களுக்கு மிகவும் சவாலானது.

Grey Card

உதாரணம்: கருப்பு பூனையின் அருகில் இருக்கும் ஒரு வெள்ளைப் பூனை

இதற்கு ஒளியமைப்பு செய்தபின் இப்போது கருப்புப் பூனைக்கு ஏற்றவாறு எக்ஸ்போசர் வைத்தால் வெள்ளைப் பூனையின் நிறம் வெளிறிவிடும். அதேபோல வெள்ளைப் பூனைக்கு ஏற்றவாறு எக்ஸ்போசர் வைத்தால் கருப்புப் பூனை இருண்டுவிடும். இரண்டு நிறங்களையும் மற்றும் ஒளியின் அளவையும் துல்லியமாக நிர்மாணிக்க சாம்பல் நிற அட்டையை இரண்டு பூனைகளுக்கு முன்னால் வைத்து ஒளி மீட்டரை பிரதிபலிக்கும் முறைக்கு (Reflected light reading) மாற்றி அதை சாம்பல் நிற அட்டைக்கு கணக்கீடு செய்யும்போது கிடைக்கும் எக்ஸ்போசர் தகவல்களை காமிராவில் பயன்படுத்தினால் சரியான எக்ஸ்போசர் அமையும்.

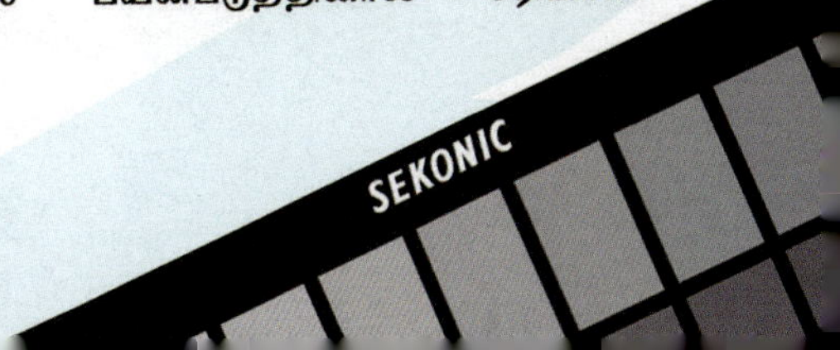

சாம்பல் நிற அட்டை, எக்ஸ்போசர் கண்டறிவதற்காக மட்டுமே உபயோகப்படுத்தப்படுவதில்லை.

Grey Card

பல்வேறு நிறவேறுபாடுகளுடன் ஒரு காட்சியை நாம் பதிவு செய்திருக்கும் பட்சத்தில் படப்பிடிப்பு முடிந்த பிறகு நிறத்தேர்வு (DI color correction) மையத்தில் சீரான நிறத்தேர்வு செய்யவேண்டும். அப்போது எந்த நிறத்திற்கு அடிப்படை நிறத்தேர்வு செய்வது என்று தீர்மானிப்பது சற்று சவாலானது.

அதனால் நாம் படமாக்கும் ஒளியமைப்புக்கு சாம்பல் நிற அட்டையை வைத்து பதிவு செய்து அனுப்பினால் அதை நிறத்தேர்வாளர் சரியாகப் பயன்படுத்திக்கொள்வார். இதை துணையாதாரக் காட்சியாக (sample shot) மட்டுமே பயன்படுத்திக் கொள்வார். சாம்பல் நிற அட்டையுடன் கூடிய காட்சி படத்தில் இடம்பெறாது.

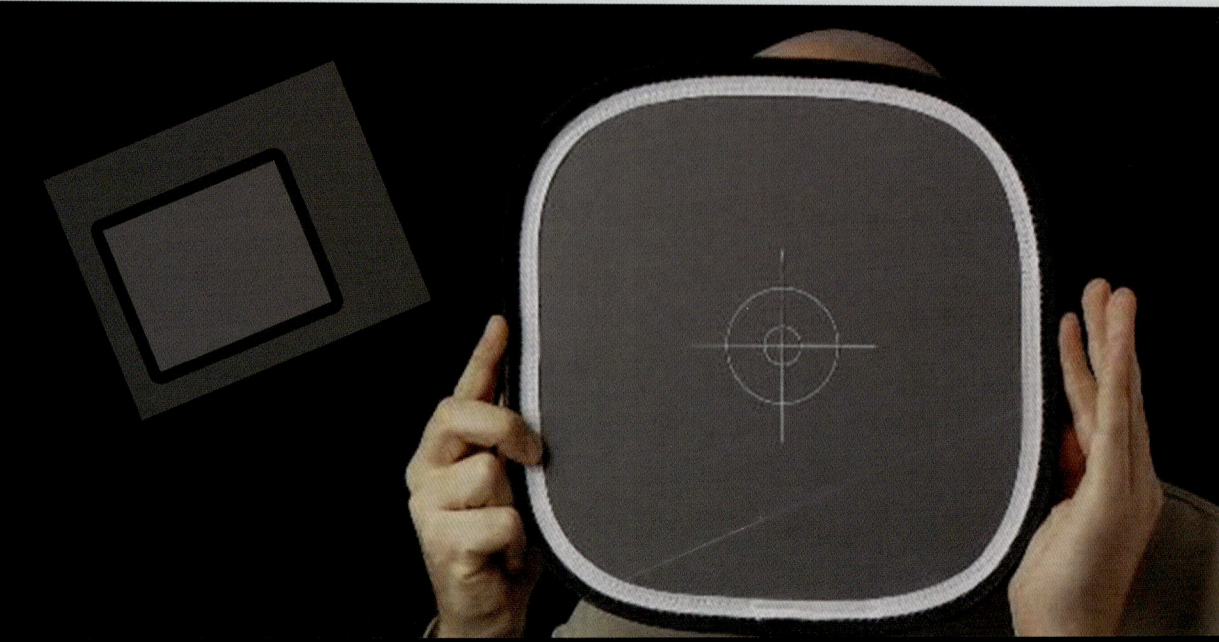

நிறம்
(Color)

நிறங்களைப் பற்றியும் மனிதர்களிடம் அவற்றின் தாக்கத்தைப் பற்றியும் ஆறாம் நூற்றாண்டில் சீனத்தில் ஆழமான ஆய்வுகள் துவங்கப்பட்டன. அதன் தொடர்ச்சியாக பல்வேறு விதமான நிறக்கோட்பாடுகள் உருவாயின.

நிறக்கோட்பாடு முக்கியமான மூன்று வண்ணங்களை (சிவப்பு, நீலம், பச்சை) ஆதாரமாகக் கொண்டுள்ளது. இவ்வண்ணங்களில் ஒன்றுடன் மற்றொன்றைச் சேர்க்கும்போது மற்ற நிறங்கள் உருவாக்கப்படுகின்றன.

மூன்று வண்ணங்களை சரியான விகிதத்தில் சேர்க்கும்போது வெள்ளை நிறம் உருவாகிறது.

பச்சை மற்றும் நீல நிறங்களை இணைக்கும்போது மயில் நீல நிறம் (cyan) உருவாகிறது.

சிவப்பு மற்றும் பச்சை வண்ணங்களைச் சேர்க்கும்போது மஞ்சள் நிறம் உருவாகிறது.

சிவப்பையும் நீல நிறத்தையும் சம அளவில் சேர்க்கும்போது கருஞ்சிவப்பு (magenta) நிறம் உருவாகிறது.

முதன்மை நிறங்களாக சிவப்பு (red), நீலம் (blue), பச்சை (green) ஆகியவை அறியப்படுகின்றன.

மஞ்சள் (yellow), மயில் நீலம் (cyan), கருஞ்சிவப்பு (magenta) ஆகியவை இரண்டாம் நிலை வண்ணங்களாகும்.

நிறங்களின் அளவுகோல்களை நம் கண்கள் ஒவ்வொன்றை வேறுபடுத்தியே பார்க்கிறது. அது ஒவ்வொன்றும் சம அளவிலே இருந்தாலும்கூட பொதுவாக, நீலம், பச்சை நிறத் தொனிகளை சிவப்பு, மஞ்சள் நிறங்களுடன் ஒப்பிட்டால் இருட்சாயல் கொண்டவையாக (darker tone) நாம் பார்க்கிறோம்.

சிவப்பு, மஞ்சள் ஆகிய நிறங்கள் உடனடி கவனத்தை ஈர்ப்பதாகவும் குறிப்பாக, சிவப்பு அபாயத்தையோ அல்லது அவசரத்தையோ உணர்த்துவதற்கு எடுத்துக்கொள்ளப்படுகிறது.

நீல நிறத்தை வானம் மற்றும் நீரின் நிறமாக அறிகிறோம்.

ஒளி (Light)

17ம் நூற்றாண்டில் அறிஞர் சர் ஐசக் நியூட்டன் (Sir Isaac Newton) பகல் வெளிச்சத்தை நிறத் தொடர்களாகப் பிரிக்க முடியும் என்று நிருபித்தார்.

சிவப்பு (red), மஞ்சள் (yellow), நீலம் (blue), பச்சை (green), ஆரஞ்சு (orange), கருநீலம் (indigo), மற்றும் ஊதா (violet),ஆகிய நிறங்களை வண்ண வரிசை நிறங்களாக (chromatic colors) அடையாளப்படுத்தினார்.

வண்ண அளவுகோல் (Color Intensity)

ஒளி அதன் அலைவரிசை மூலமாகவே வண்ண உருவாக்கத்திற்கு அடிப்படையாகிறது.

ஒளிக்கருவிகளிலிருந்து வெளிப்படும் சக்தியே (energy) ஒளியின் பிரகாசத்திற்கு (brightness) காரணமாகிறது.

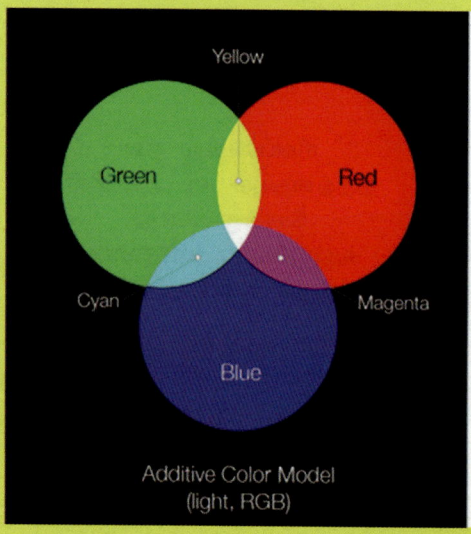

Additive Color Model (light, RGB)

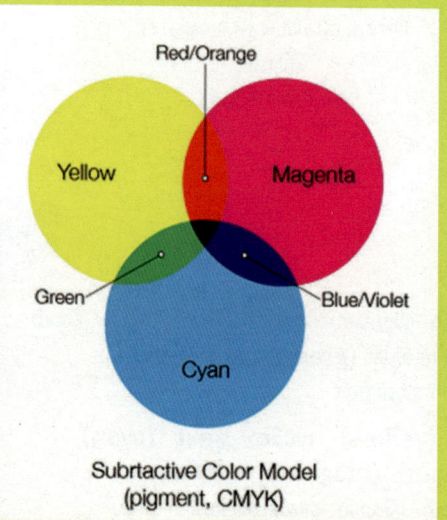

Subtractive Color Model (pigment, CMYK)

Color theory

ஒளியின் அலைவரிசைகள்,

ஒன்று கண்களுக்குப் புலப்படுபவை (visible spectrum),

மற்றொன்று கண்களுக்குப் புலப்படாதவை (invisible spectrum).

அவை,

குறைந்த அலை வரிசையையுடைய அதி ஊதா (ultra violet) கதிர்கள்.

அதிக அலை வரிசையையுடைய அக சிவப்பு (infra red) கதிர்கள்.

மேலே குறிப்பிடப்பட்டுள்ள இரண்டும் கண்களுக்குப் புலப்படாதவை. ஆனால், டிஜிட்டல் காமிரா சென்சார் இதை உணர வாய்ப்பிருப்பதால் காமிராவில் ∴பில்டர்களைப் பொருத்தி தேவையில்லாத இந்த ஒளி அலைகளை நீக்குகிறோம்.

கண்களுக்குப் புலப்படும் ஒளி அலைகள் குறைந்த மற்றும் அதிக அலை வரிசைக்கு நடுவில் இருப்பவையாகும்.

நிறத்தன்மை

நாம் பார்க்கும் பொருட்கள் நிறத்தன்மையை எப்படி அடைகிறது என்றால் அதன் சாயக்கூறுகள் ஒளியின் அலைவரிசையில் (pigments) நிறங்களை ஈர்த்து குறிப்பிட்ட நிறத்தை மட்டும் பிரதிபலிக்கும்.

பச்சை இலைகள் மற்ற நிறங்களை ஈர்த்துவிட்டு பச்சை நிறத்தையே வெளியே பிரதிபலிப்பதால் அந்நிறத்தை உணர்கிறோம்.

நீல நிற ∴பில்டரானது சிவப்பு மற்றும் பச்சை நிறத்தை வடிகட்டி நீல நிறத்தையே அனுப்புகிறது.

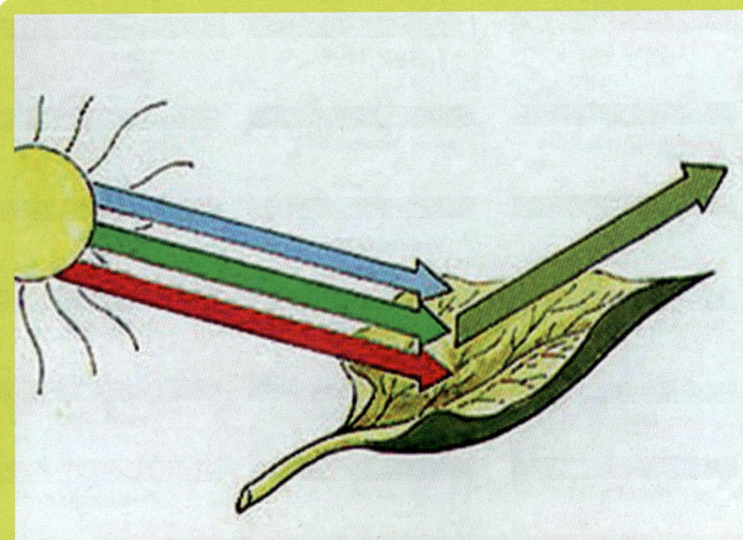

Colour Formation

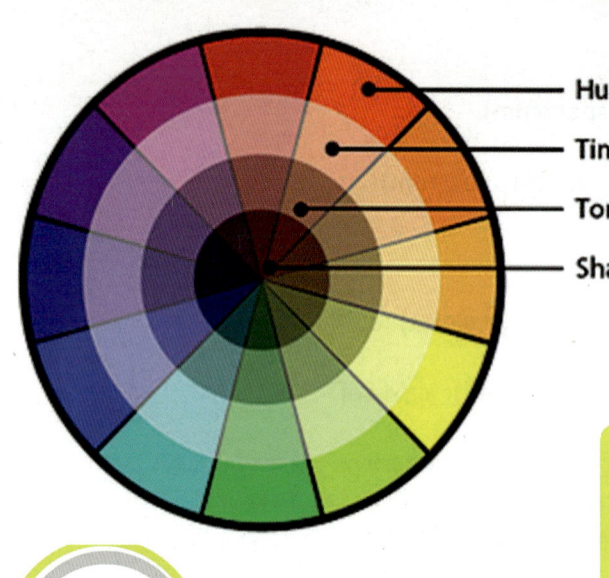

- Hue (pure color)
- Tint (hue + white)
- Tone (hue + grey)
- Shade (hue + black)

நிறங்களின் முக்கிய கூறுகள்

நிறச்சாயல் (Hue)

நிறத்தின் தன்மையை அறிய அதன் சாயல்களில் உள்ள அதிகமான அலைவரிசை காரணமாகிறது. உதாரணம்: சிவப்பு, பச்சை, நீலம் நிறவரிசையில் ஆரஞ்சு, ஊதா ஆகியவை நிறச்சாயல்கள் ஆகும். மேலும், வெளிர் பச்சை கருஞ்சிவப்பு ஆகியன நிறச்சாயல்கள் (Hue).

Hue Chart

Red-Purple/Purple Red	Strongly Purplish Red	Slightly Purplish red	Red
Orangy Red	Red-Orange/Orange-Red	Reddish Orange	Orange
Yellowish Orange	Orangy Yellow	Yellow	Greenish Yellow
Yellow-Green/Green-Yellow	Strongly Yellowish Green	Yellowish Green	Slightly Yellowish Green
Green	Very Slightly Bluish Green	Bluish Green	Very Strongly Bluish Green
Green-Blue/Blue-Green	Very Strongly Greenish Blue	Greenish Blue	Very Slightly Greenish Blue
Blue	Bluish Violet	Violetish Blue	Violet
Bluish Purple	Purple	Reddish Purple	

நிறச்செறிவு (Color Saturation)

நிறமானது ஒவ்வொரு ஒளியின் தன்மை மற்றும் சீதோஷ்ண நிலைக்கு ஏற்றவாறு நிறச்செறிவு மாறும்.

ஒரே நிறம், அதன் தன்மை பகல் வெளிச்சத்தில் ஒரு மாதிரியும் இரவு வெளிச்சத்தில் வேறுபடவும் செய்கிறது.

நிறத்தில் வெண்மை கூடும் போது பளீர் என்று இருக்கும். அதே நிறத்தில் கொஞ்சம் கருமை சேரும்போது இருண்டு காணப்படும்.

பொதுவாக, அதிக ஒளியிலும் குறைந்த ஒளியிலும் நிறச்செறிவு சிறப்பாக இருக்காது. ஆனால், மென்மையான ஒளியில் நிறச்செறிவு அதிகமாக இருக்கும்.

உதாரணம்: மேகமூட்டத்துடன் இருக்கும்போது பூக்களை படமாக்கினால் நிழல் படியாமல் சிறந்த நிறச்செறிவு அடைய முடியும்.

Saturation

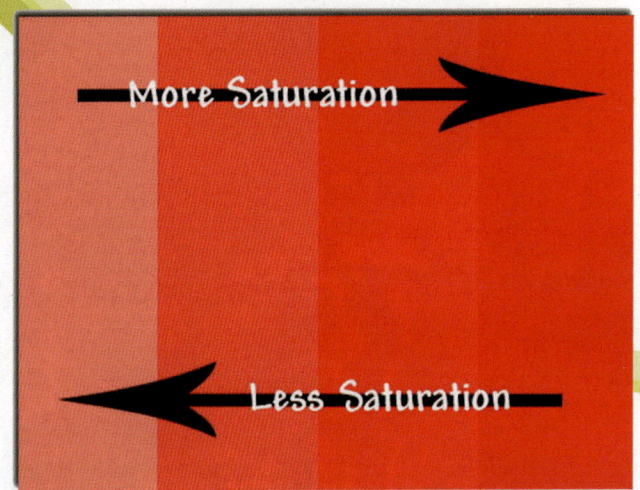

ஒளிர்வு
(Luminance)

ஒளியை குறிப்பிட்ட பொருளோ அல்லது கூறுகளோ எவ்வளவு உள்வாங்கி அதை பிரதிபலிக்கிறது என்பதைப் பொருத்து ஒளிர்வை தீர்மானிக்க முடியும்.

ஒளியை பிரதிபலித்தால் அதிக ஒளிர்வு பெறும்.

ஒவ்வொரு நிறத்திற்கும் ஒளிர்வுத் தன்மை வேறுபடும். நீல நிறம், மஞ்சள் நிறத்தை விட குறைவான ஒளிர்வு பெறும்.

நிறம் ஒளிப்படத்தின் உணர்வுகளை மட்டும் பிரதிபலிப்பதில்லை. அதன் கட்டமைப்பிலும் ஆதிக்கம் செலுத்துகிறது.

நிறங்களை எளிதாக இரண்டு வகையாகப் பிரிக்கலாம்.

வெப்பமான (warm) நிறங்கள்.

குளிர்ச்சியான (cool) நிறங்கள்.

Warm and Cool colours

சிவப்பு, மஞ்சள், ஆரஞ்சு ஆகிய நிறங்கள் வெப்பம் சார்ந்த நிறங்கள். இவை மகிழ்ச்சி, ஆபத்து, ஏன் பசியைக்கூட தூண்டக்கூடியவை. பொதுவாக, பல உணவு விளம்பரங்களில் மஞ்சள் மற்றும் சிவப்பு நிறத்தை அதிகமாகப் பயன்படுத்துகின்றனர்.

குளிர்ச்சியான நிறங்களாக பச்சை, நீலம் ஆகியவை அமைதி, பயணம் ஆகிய உணர்வுகளுக்கு இட்டுச் செல்லும்.

எர்த் டோன், அதாவது மண் நிறங்களை அடிப்படையாக கொண்டவை கபிலம் (brown), சாம்பல் (grey). இவை உறுதியான தோற்றத்தை அளிக்கக்கூடியவை. அதே போல மென்சோகத்தையும் வரவழைக்கக்கூடியவை.

ஒளிப்படப்பதிவில் நிறங்களை தேர்வு செய்வது ஒரு கலை என்றால், அவற்றை ஒருங்கிணைப்பதும் மிக முக்கியமானதாகும்.

- மஞ்சள் நிறப்பூக்களை நீல நிறப்பின்னணியில் படமாக்கும்போது அது மிகவும் சிறப்பாக அமைந்து விடுகிறது. அதற்கு காரணம், மஞ்சள், நீலம் ஆகியவை ஒத்திசைவு நிறங்களாகும்.

- ஒளிப்படப்பதிவில் சட்டகம் முழுக்க ஒருமை நிறத்தோடு பதிவு செய்வது. உதாரணம்: சட்டகம் முழுக்க பசிய வயல்வெளி.

- பிரகாசமான நிறங்களை மந்தமான நிறப் பின்னணியில் படமாக்கும்போது ஒரு கவன ஈர்ப்பை ஏற்படுத்த முடியும். உதாரணம்: சாம்பல் நிறப் பின்னணியில் ஆரஞ்சு நிறக்கூறுகளை படமாக்குவது.

- சட்டகத்தில் இரண்டு அல்லது மூன்று அருகாமை அல்லது ஒப்பான நிறங்களை பயன்படுத்துதல். உதாரணம்: சிவப்பு நிறத்துடன் ஊதா நிறத்தைச் சேர்ப்பது.

- சில சமயம் சட்டகத்தில் குறைந்த நிறச்செறிவுடன் படமாக்குவது. அதற்கு வெண்மை, சாம்பல், கருப்பு நிறங்களைப் பயன்படுத்துவது சிறப்பாக இருக்கும்.

Rich Colours

ஒளிப்படக்கலையில் செழிப்பான நிறங்கள் (rich colors), ஆர்ப்பாட்டமில்லா நிறங்கள் (restrained colors) மதிப்பீடுகளில் பொதுவானவை.

Rich Colours

ஆழமானவை (intense)

செழிப்பான நிறங்களின் தன்மைகள்

திடமானவை (strong)

ஆழமானவை (intense)

ஆர்ப்பாட்டமானவை (exuberant)

வண்ணச்செறிவு (saturated)

வண்ணமயமானவை (colourful)

ஆர்ப்பாட்டமில்லா நிறங்களின் தன்மைகள்

- நுட்பமான (nuance)
- மெல்லிய (subtle)
- வெளிறிப்போன (pale)
- பன்முனைத்தன்மை (multi layered)

உலகில் லட்சக்கணக்கான நிறங்கள் உள்ளன. அதனால், அடிப்படை நிறங்களையும் அதன் பயன்களையும் அறிந்து கொள்ளும்போது மற்ற நிறங்களை நம் ரசனைக்கேற்றவாறு நினைவில் கொண்டு பயன்படுத்த முடியும்.

ஆர்ப்பாட்டமில்லா நிறம்

நிற அழுத்தம்
(Accent Color)

சட்டகத்தில் பெரும்பகுதி ஒரு நிறத்திலும் அதில் குறிப்பிட்ட பகுதியில் மற்றொரு ஈர்ப்புடைய நிறத்தால் கட்டமைப்பதை நிற அழுத்தம் (accent color) என்று சொல்லப்படுவதுண்டு.

உதாரணம்: சட்டகம் முழுக்க பாலைவன மணல் நிரம்பியிருக்க, அதில் புள்ளியாய் வெள்ளை நிற ஆடை அணிந்த மனிதன்.

ஒளிர் விளக்கு (Fluorescent Lamps)

ஒளிர் விளக்கானது குழாய் வடிவத்தில் பாதரச ஆவி (mercury vapour) உள்ளடக்கமாகக் கொண்டது. மின்சாரத்தைப் பாய்ச்சும்போது பாஸ்பரஸ் (phosphorus) மீது பட்டு ஒளி புலப்படுகிறது.

ஒளிர் விளக்கு பயன்படுத்த பாலஸ்ட் (ballast) தேவைப்படுகிறது. அது மின்சாரம் தடையின்றி நிலையாக விளக்கிற்கு செல்ல உதவுகிறது.

Fluorescent lamps

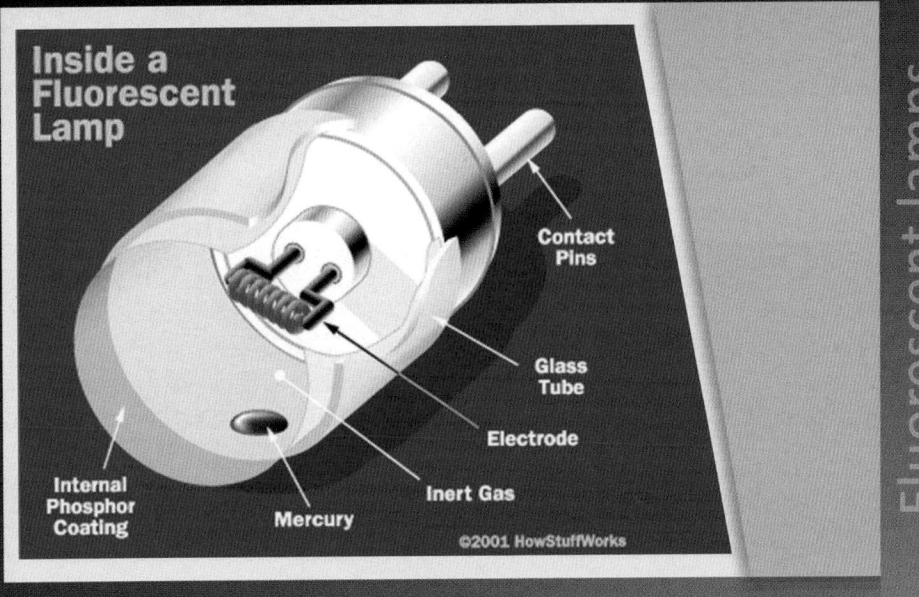

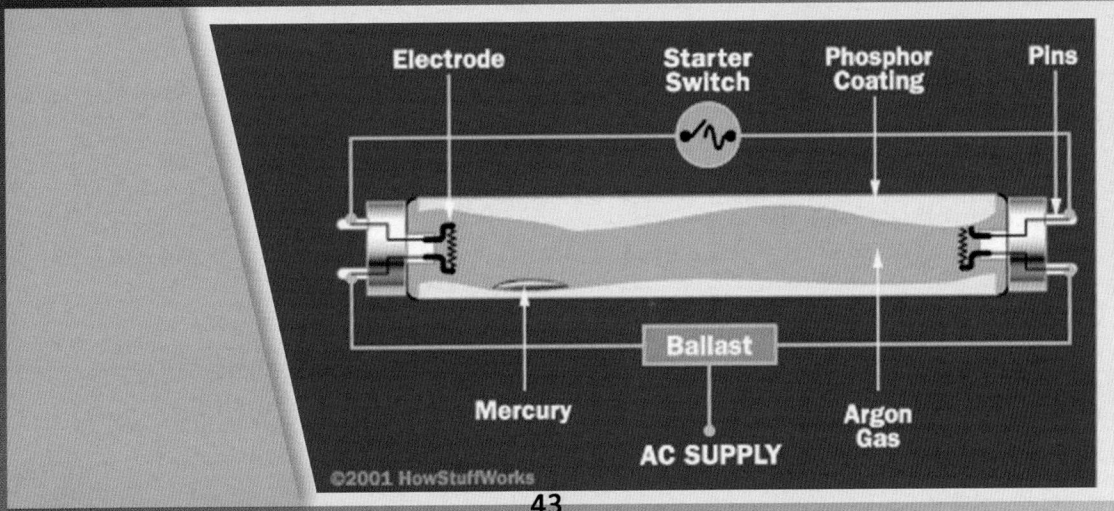

வாயு விளக்கு (Gas discharge Lamps)

வாயு விளக்கானது மிக அழுத்தமான எரிவாயு கொண்ட பாதரசம் (mercury), சோடியம் (sodium), செனான் (xenon) அல்லது நியான் (neon) வாயுக்களால் நிரப்பப்பட்டு அதன் மீது மின்சாரம் பாய்ச்சப்படும்போது ஒளி உருவாகிறது. அவ்வொளியானது குறிப்பிட்ட நிறப்பண்புகளைக் கொண்டதாகும்.

வாயு விளக்கு ஃப்ளாஷ் குழாய் போன்ற அமைப்பில் கண்ணாடிகளால் உருவாக்கப்படுகிறது. அதில் மந்தவாயுவான (inert gas) செனான் நிரப்பப்பட்டுள்ளது. வாயு விளக்குக் குழாயுடன் மின்முனைகள் இணைக்கப்பட்டு உயர் மின்னழுத்தத்தால் நொடிப்பொழுதில் பிரகாசமான ஒளி கிடைக்கிறது.

உலோக ஹாலஜன் விளக்குகள் (Tungsten Halogen Lamps)

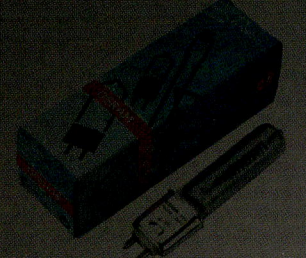

வெண்சுடர் குமிழியில் ஹாலஜன் வாயுவால் நிரப்பப்பட்டிருக்கும். அதோடு குவார்ட்ஸ் (quartz), சிலிக்கா (silica) பொருட்களோடு வடிவமைக்கப்பட்டிருக்கும்.உலோக ஹாலஜன் விளக்குகள் தொடர் பயன்பாட்டில் சரியான நிறவெப்பம் (color temperature) அளிப்பது இதனுடைய சிறப்பம்சம்.

ஃபோட்டோ ஃப்ளட் (Photo Flood)

திரைப்பட ஒளிப்பதிவு பணியில் ஃபோட்டோ ஃப்ளட் பல்புகள் பல்வேறு ஒளியமைக்கும் பணி-களில் பயன்படுத்தப்பட்டு வருகின்றன. இதன் தயாரிப்பானது உறைவு தன்மையுடைய வெண்சுடர் விளக்காக உருவாக்கப்படுகிறது. இதன் நிறவெப்பம் 3400 டிகிரி கெல்வினுக்கு உட்படுத்தப்படுகிறது. இவை 75, 150, 250, 500 வாட் மின் சக்தியில் கிடைக்கப்பெறுகிறது.

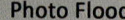

Photo Flood

உலோக ஹாலைட் விளக்குகள்
(Metal Hallide lamps-HMI)

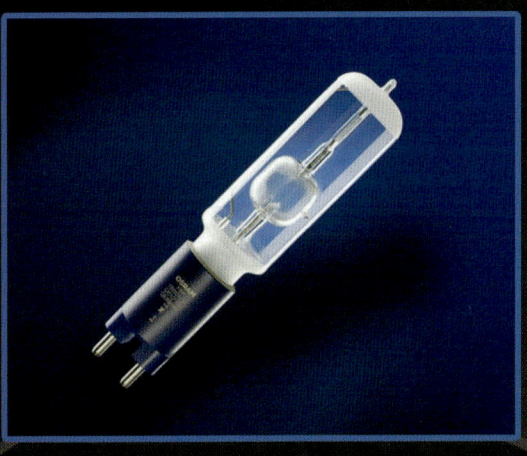

நவீன தொழில்நுட்பத்துடன் உருவாக்கப்பட்டிருக்கும் ஹெச்.எம்.ஐ என்று அழைக்கப்படும் உலோக ஹாலைட் விளக்குகள் சீராகவும் அதே போல மிகவும் சக்தி வாய்ந்த ஒளியை பகல் நிற வெப்பத்திற்கு (5600 degree kelvin) உட்பட்டு தருகிறது.

உலோக ஹாலைட் விளக்குகளை பாலஸ்ட் கொண்டே இயக்க வேண்டும்.

இந்த நவீன ஹெச்.எம்.ஐ. விளக்குகளில் வெண்சுடர் விளக்குகளின் குமிழியில் காணப்படும் இழை போன்ற அமைப்பைத் தவிர்த்து அதற்கு பதிலாக பாதரச வளைவு (mercury arc) உள்ளது. அது டங்க்ஸ்டன் மின்முனைகளுக்கு இடையில் உருவாக்கப்பட்டு உலோக ஹாலைடு சேர்க்கைகளுடன் கண்ணாடி உறையில் அடைக்கப்பட்டிருக்கும் வகையில் தயாரிக்கப்படுகிறது.

உலோக ஹாலைட் விளக்குகள் வாட்ஸ் மின் திறன் அடிப்படையில் பார்த்தால் வெண்சுடர் விளக்குகளை விட நான்கு மடங்கு ஒளியை கொடுக்கிறது.

மிக முக்கியமானது இவ்விளக்குகளின் ஒளியினால் வெளிப்படும் வெப்பமானது வெண்சுடர் விளக்குகளைக் காட்டிலும் குறைவானதாகவே இருக்கும்.

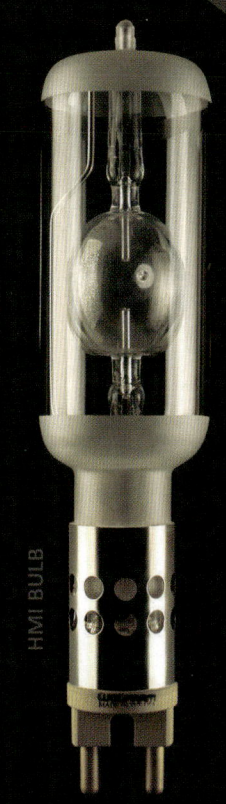

HMI BULB

எல்.இ.டி.
(LED Bulbs)

எல்.இ.டி. ஒளி உமிழும் டையோட் (light emitting diodes) களால் உருவாக்கப்படுகிறது.

இன்று திரைப்படத்துறையிலும் இவ்வகை விளக்குகள் பரவலான பயன்பாட்டிற்கு வந்துள்ளன.

எல்.இ.டி. விளக்குகள் மிகவும் குறைவான மின் சக்தியில் இயங்குகிறது. ஆனால் அதன் ஒளிர்வோ பலமடங்காக உள்ளது.

இந்த விளக்குகளிலிருந்து வரும் ஒளியானது வெப்பமூட்டுவதில்லை. அதனால் இவை கூல் லைட் (cool light) என்றும் வர்ணிக்கப்படுகின்றன.

LED Bulbs

கினோ ஃப்ளோ விளக்குகள்
(Kino Flo Bulbs)

கினோ ஃப்ளோ என்ற தயாரிப்பு நிறுவனம் அதன் பெயரில் திரைப்படத்துறைக்கு பயன் அளிக்கும் வகையில் ஒளிர்வகை டியூப் விளக்குகளை தயார் செய்து வருகிறது.

பொதுவாக நம் வீட்டில் பயன்படுத்தும் ஒளிர் விளக்குகள் நிற வெப்பத்திற்கு (color temperature) உட்படாததால் இவைகளை நாம் ஒளிப்படப்பதிவிற்கு பயன்படுத்தும்போது கருநீலம் (magenta) மற்றும் பச்சை (green) நிறச்சாயல் காட்சிகளில் காணப்படும்.

கினோ ஃப்ளோ விளக்குகளில் உயர்ரக பாஸ்பரஸ் கலவையுடன் நிறவெப்பத்திறனுக்கு உட்பட்டு தயாரிக்கப்படுகிறது. அதோடு இணைப்பாக உயர் அதிர்வெண் (high frequency) கொண்ட பாலஸ்ட்களால் சிமிட்டொளி (flicker) யும் தவிர்க்கப்படுகிறது.

கினோ ஃப்ளோ விளக்குகள் இரண்டு நிறவெப்ப நிலைகளுக்கு ஏற்றவாறு தயாரிக்கப்படு கின்றன. ஒன்று 3200 டிகிரி கெல்வின், மற்றொன்று 5600 டிகிரி கெல்வின் ஆகும்.

Kino flo

விளக்கு அமைப்புகள் (Fixtures)

ஃப்ரெநெல் (FRESNEL)

ஃப்ரெநெல் என்று அறியப்படும் கண்ணாடி போன்ற அதன் முன் அமைப்பானது பொது மைய வட்டங்கள் (concentric circles) கொண்டது. உள்ளே ஒளிக்குமிழியும் (bulb) அதன் பின்னே ஒளிப்பிரதிபலிப்பா-னும் (reflector) இருக்கும்.

ஃப்ரெநெல் விளக்குகள் மூலம் பாய்ச்சப்படும் ஒளியை குவிமையப்படுத்த (focus) முடியும். அதே போல் சீரான ஒளிக்கற்றையையும் (even beam of light) பெற முடியும்.

ஃப்ரெநெல் பொது மைய வட்டங்கள் கொண்ட லென்ஸ் அதன் உட்புற அமைப்பில் உள்ள பல்ப் மற்றும் பிரதிபலிப்பான் ஆகிய இரண்டும் கூட்டாக நகரும் தன்மையில் வடிவமைக்கப்பட்டுள்ளது.

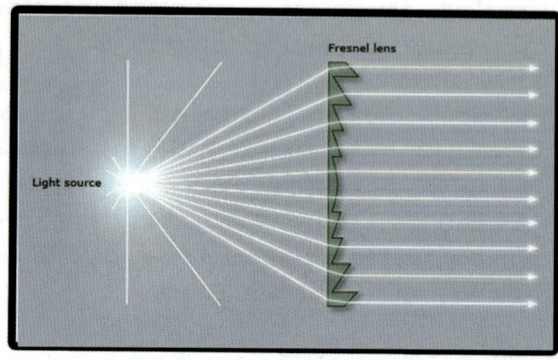

விளக்கின் வெளிப்புறத்தில் கைப்பிடி (knob) திருகும் போது பல்ப் லென்ஸை நோக்கியும் அதே போல பின் நகரும்.

கைப்பிடியை (knob) பின்னோக்கி நகர்த்தினால் ஒளியின் தன்மை குறுகி (spot) அடர்த்தியாகிவிடும் (strong).

ஃப்ரெநெல் (FRESNEL)

திறந்த வடிவ விளக்குகள்
(Open face Fixtures)

ஓபன் ∴பேஸ் என்று ஆங்கிலத்தில் அழைக்கப்படும் இந்த அமைப்பில் லென்ஸ்களை பயன்படுத்துவதில்லை. பல்புடன் பிரதிபலிப்பான் (reflector) மட்டுமே இருக்கும்.

ஓபன் ∴பேஸ் விளக்குகள் ஒளியை நன்றாக படரச் செய்யும். ஆனால் ஒளியை குவிமையப்படுத்த முடியாது. இவ்விளக்குகள் அதிக எடையில்லாமல் இருப்பதோடு அதன் முகத்தோற்றம் வட்ட வடிவில் தயாரிக்கப்படுகிறது.

ஓபன் ∴பேஸ் விளக்குகளின் மூலம் ஒளியை நேரடியாகப் பாய்ச்சி அதை செறிவு தளர்த்தும் (diffuse) போதும் அல்லது பவுன்ஸ் (bounce) செய்யும்போது அதிகம் பயன் கிடைக்கும்.

Open Face Light Reflector

Open Face Light

பரவளைய விளக்குகள் (PAR)

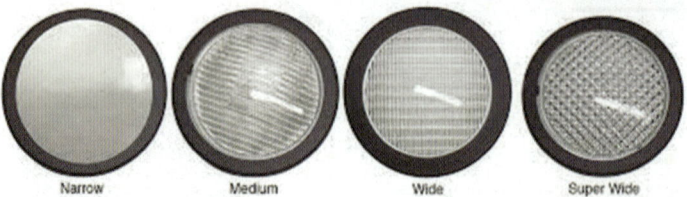

Narrow
Medium
Wide
Super Wide

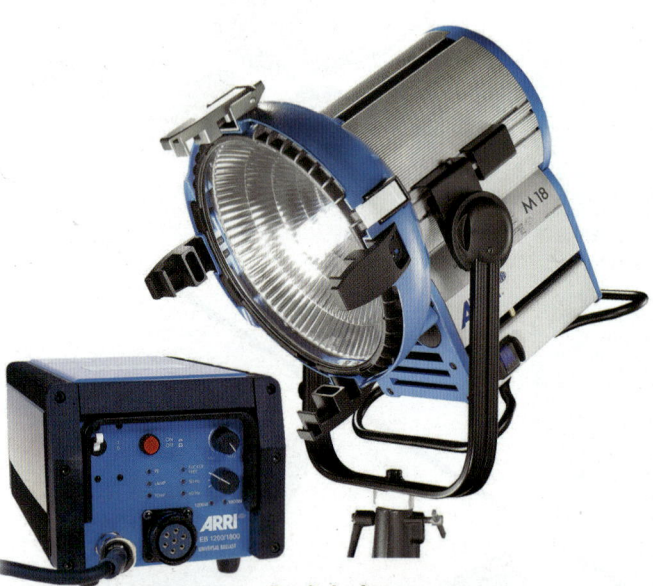

Par light fixture

‘பாற்’ என்று ஆங்கிலத்தில் அறியப்படும் சக்திவாய்ந்த இந்த அமைப்பின் உள்ளே அலுமினியத்தால் ஆன பரவளைய பிரதிபலிப்பான் (parabolic aluminized reflector) கொண்டதாகும்.

பாற் விளக்குகளின் மூலம் வரும் ஒளியானது மிகவும் சக்தி வாய்ந்ததாகும். லென்ஸ், ஒளி குமிழி மற்றும் இதன் பரவளையம் ஆகியவை நகரும் தன்மையுடையது அல்ல.

ஒளியின் தன்மையை மாற்றி அமைக்க பிரத்யேகமான லென்ஸ் ஃபில்டர்களை பயன்படுத்திக் கொள்ளலாம்.

ஒளியை மென்மையாக்க,குவிமையப்படுத்த, படரச்செய்ய என தனித்தனி லென்ஸ் ஃபில்டர்கள் உள்ளன.

பாற் ஒளியமைப்பு விளக்குகள் 5500 டிகிரி கெல்வின் நிறவெப்பத்திற்கும் 3200 டிகிரி கெல்வின் நிறவெப்பதிற்கும் ஏற்றவாறு தயாரிக்கப்படுகின்றன.

பேரொளி விளக்கு
(Flood Light)

பெரிய பகுதிக்கு பரவலான ஒளியை நிர்மாணிக்க பேரொளி விளக்கு பயன்படுத்தப்படுகிறது. இது ஃப்ளட் லைட் என்றும் அழைக்கப்படுகிறது.

பேரொளி விளக்கிற்கு எல்.இ.டி. சோடியம், ஹாலஜன் பல்புகளைக் கொண்டு பல்வேறு வகைகளாக தயாரிக்கப் படுகின்றன.

ஃப்ளட் லைட்டுகள் சிறிய அளவிலிருந்து பெரிய அளவுகளிலும் அதே போல 20 வாட் முதல் 1000 வாட் மின் சக்தியில் பல்வேறு பயன்பாடுகளுக்கு கிடைக்கப்பெறுகின்றன.

Flood Light

நீள்வட்டக்கோணம் (Ellipsoidal Light)

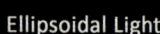

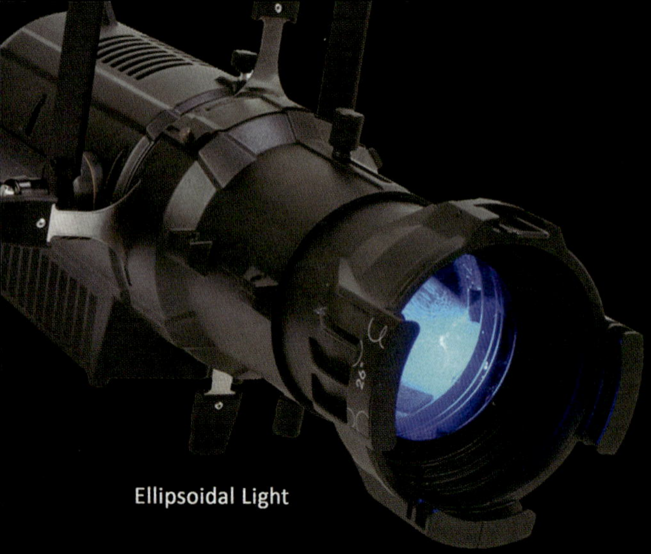

Ellipsoidal Light

Ellipsoidal Light design

வலுவான ஒளியை பெறவும் அதே நேரம் ஒளிக்கற்றை (beam of light) கூர்மையாக வெளிப்படுத்தவும் நீள்வட்டக் கோண விளக்குகளைப் பயன்படுத்துகிறார்கள்.

இதன் அமைப்பானது இரண்டு தட்டை குவிவில்லையுடன் (photo convex lens) நீள்வட்டக்கோண பிரதிபலிப்பானுடன் தயாரிக்கப்படுகிறது. இதன் முகப்பு பகுதியில் நாம் வடிவம் பெரும் பிம்பத்தை (image) வைத்தால் விளக்கிலிருந்து வலுவான ஒளி முகப்பிலிருக்கும் லென்ஸ் அதை தலைகீழாக ஒளிப்பிம்பமாய் காட்சி பெற உதவும். நீள்வட்டக்கோண விளக்குகள் மூலமாக வெவ்வேறு காட்சியுடன் கூடிய ஒளிபிம்பத்தை உருவாக்கலாம்.

உதாரணம்: ஜன்னல், சட்டகம்.

Ellipsoidal Light

ஒளியை வடிவமைக்க உதவும் சாதனங்கள்

ஒளியானது விளக்குகளிலிருந்து ஒளியூட்டப்படும் பொருளை சென்று அடையும் முன் அதன் தன்மையை மாற்றி அமைக்கவோ ஒளியின் அளவை கட்டுப்படுத்தவோ முடியும். அதற்கு பல்வேறு உபகரணங்கள் பயன்படுத்தப்படுகின்றன.

ஸ்நூட் (Snoot)

கூர் உருளை வடிவத்தில் இருக்கும் ஸ்நூட் ஒளிக்கருவி முன்னர் பொருத்திவிட்டால் மிகக் குறுகிய கோணத்தில் வெளிச்சத்தை உருவாக்கலாம்.

உதாரணம்: கண் அல்லது ஒரு குறிப்பிட்ட பகுதியை மட்டும் ஒளியூட்ட வேண்டும் என்றால் ஸ்நூட் உதவிகரமாக இருக்கும்.

கொட்டகைக் கதவுகள் (Barn Doors)

பார்ன் டோர் என்று அழைக்கப்படும் இவை நான்கு கதவுகள் கொண்டவை. மடிக்கும்படி தயாரிக்கப்படும் இவற்றை ஒளிவிளக்கின் முகப்பில் பொருத்தி தேவையில்லாத இடத்திற்கு ஒளி பரவுவதை தடுக்க பயன்படுத்தப்படுகிறது.

கம்பி வலைகள் (Wire mesh)

ஒளியின் தன்மையை மாற்றாமல் அதன் ஒளிச்செறிவை (intensity) கட்டுப்படுத்த கம்பிவலைகளை ஒளிவிளக்கின் முன் உள்ள கொட்டகைக் கதவுகளில் பொருத்தி பயன்படுத்தலாம்.

திரைச்சீலை (Scrim)

ஸ்கிரிம் என்று அழைக்கப்படும் திரைச்சீலையானது ஒளிக்கருவி முன் அல்லது ஒளியூட்டப்படும் கூறுகளுக்கு அருகில் வைத்தால் ஒளியின் தன்மையானது மென்மையடைவதோடு அதன் ஒளியளவும் குறையும்.

விரவி (Diffuser)

ஒளியின் தன்மையை மென்மையாக்க விரவிகள் பயன்படுத்தப்படுகின்றன. அவை மெல்லிய நைலான், பட்டு துணிகள் கொண்டு சல்லடை போன்ற அமைப்பில் தயாரிக்கப்படுகின்றன.

ஒளி தடுப்புக்கொடி (Flags)

கருப்பு நிறத்திலிருக்கும் ஒளி தடுப்புக்கொடியானது ஒளியை குறிப்பிட்ட இடத்தில் பரவாமல் கட்டுப்படுத்தவோ அல்லது தடுக்கவோ பயன்படுத்தப்படுகிறது. ஒளியை தடுப்பது மட்டுமின்றி ஒளி விளக்குகளிலிருந்து வரும் வெளிச்சம் காமிரா லென்ஸ் மீது படாமல் இருக்கவும் பயன்படுத்தப்படுகிறது. ஃப்ளாக்ஸ் என்று அழைக்கப்படும் இவை ஒரு தடுப்புச்சுவர் போல செயல்படுத்தப்படுகிறது.

ஒளி ஜெல் (Light Gel)

ஒளி ஜெல் மெல்லிய பாலி கார்பனேட் அல்லது பாலியெஸ்டர் தாள்களாக தயாரிக்கப்படுகின்றன. இவை ஒளி ஊடுருவும் தன்மை கொண்டவை.

ஒளி விளக்கின் கொட்டகைக் கதவிலோ அல்லது ஒளிவிளக்கின் முன் ஃபிரேமில் மடங்காமல் ஒளிப்பாதையில் வைத்து செயல்படுத்தப்படுகிறது.

ஒளி ஜெல் பல்வேறு பயன்பாடுகளுக்கு ஏற்ப தனித்தனியாக தயாரிக்கப்படுகிறது.

- நிற வெப்ப அளவை மாற்றி அமைக்க,
- வண்ணத் திருத்தம் செய்ய அல்லது மேம்படுத்த,
- ஒளியை மென்மையாக்கவும் அதே போல அதன் அளவுகளை மாற்றி அமைக்கவும் பயன்படுத்தப்படுகிறது.

ஒளி ஜெல் குறிப்பிட்ட காலத்திற்கு மட்டுமே பயன்படும். ஒளியின் வெப்பத்தால் அதன் தயாரிப்பு தன்மை மறைந்து விடும் அல்லது சில நேரங்களில் வெப்பத்தால் கருகியும் விடும். அதனால் அவ்வப்போது தேவைக்கு ஏற்ப புதிதாக ஒளி ஜெல்களை உபயோகிக்க வேண்டும்.

ஒளி ஜெல்கள் துணியைப்போல மீட்டர் அளவுகளிலும் ரோல்களிலும் (roll) கிடைக்கின்றன.

லீ (Lee), ராஸ்கோ (rosco), டிஃபன் (Tiffen) ஆகிய தயாரிப்பு நிறுவனங்கள் ஒளி ஜெல்களை உருவாக்குகின்றன. இவைகளை அந்தந்த தயாரிப்பு நிறுவனங்கள் பயன்பாட்டிற்கு ஏற்ப ஒவ்வொரு ஒளி ஜெல்லும் பெயர் மற்றும் எண்களாலும் அறியப்படுகிறது.

குக்கீஸ் (Cookies)

இருண்ட நிறங்களுடன் உள்ள திடமான அட்டையில் நாம் விரும்பும் வடிவத்தில் (Design) துளைகளை உருவாக்கி அதை ஒளியின் முன் வைக்கும்போது அவ்வொளி பேட்டர்ன்களை (Pattern) உருவாக்குகிறது.

துளை செய்யப்பட்ட அட்டை குக்கீஸ் என்று அழைக்கப்படுகிறது. பொதுவாக, ஒளியின் மூலம் டிசைன்களை உருவாக்க பயன்படுத்தப்படுகிறது.

ஸா∴ப்ட் பாக்ஸ் (Soft Box)

ஸா∴ப்ட் பாக்ஸ் ஒளியின் தன்மையை மென்மையாக்குவதற்கு பயன்படுத்தப்படுகிறது. இவை ஜன்னல் ஓரத்திலிருந்து வெளிப்படும் மென்மையான ஒளியை போன்ற உணர்வை ஏற்படுத்தும்.

ஸா∴ப்ட் பாக்ஸ் ஒளியின் தன்மை மட்டுமில்லாமல் கடுமையாக உள்ள நிழல் பகுதியையும் கட்டுப்படுத்தும்.

எந்த அளவுக்கு பொருளின் நெருக்கத்தில் ஸா∴ப்ட் பாக்ஸ் உள்ளதோ அவ்வளவு மென்மையான ஒளியமைப்பு கிட்டும்.

(Soft Box)

இவை பல்வேறு தோற்றங்களில் தயாரிக்கப்படுகின்றன. செவ்வகம் (Rectangular), சதுரம் (square), எண்கோணம் (octagonal) இன்னும் பிற வடிவங்களிலான ஸா∴ப்ட் பாக்ஸ் ஒளி ஊடுருவும் துணிகளைக் கொண்டு முகப்பு பக்கம் வெண்மையாகவும் பக்கவாட்டில் ஒளி கசியாமல் இருக்க கருப்பு நிறத்திலுமாக இவை ஒரு கம்பியால் ஆன பெட்டியில் சுற்றி மூடப்பட்டிருக்கும் வகையில் உருவாக்கப்படுகிறது.

ஸா∴ப்ட் பாக்ஸ் ஒளி விளக்கின் முன் வளையத்தில் பொருத்தலாம்.

துணை சாதனங்கள்
(Supporting Accessories)

ஸ்டாண்டு (Stand)

ஒளி விளக்கு நிலையாக இருக்கவும் உயரத்தை மாற்றி அமைக்கவும் ஸ்டாண்டில் பொருத்தப்படுகிறது.

அதே போல ஒளி தடுப்புகொடிகள், விரவிகளை பிடிப்புடன் நிலை கொள்ளவும் ஸ்டாண்டுகள் பயன்படுத்தப்படுகின்றன.

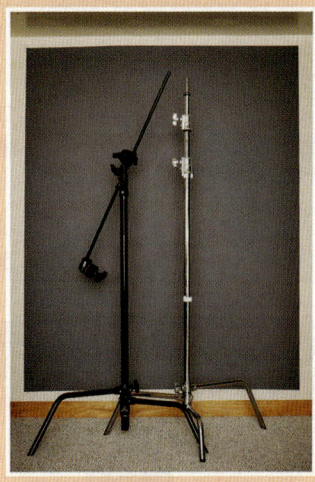

சி-ஸ்டாண்ட் (C-Stand)

திரைப்படத்துறையில் மிகவும் பயன்பாடுள்ளது சி-ஸ்டாண்ட். இதற்கு சென்சுரி ஸ்டாண்ட் என்ற பெயரும் உண்டு.

இதனுடைய கால்கள் விரியும் தன்மையுடன் இருப்பதால் எந்த இடத்திலும் ஸ்டாண்டை நகர்த்தாமல் உபயோகிக்க முடியும்.

.பேபி ஸ்டாண்ட், ஜுனியர் ஸ்டாண்ட், சீனியர் ஸ்டாண்ட் இப்படி பல ஸ்டாண்டுகள் விளக்குகளுக்கு ஏற்றவாறு பயன்படுத்தப்படுகின்றன.

Black wrap

கருப்பு உறை (Black wrap)

ஒளிக்கருவியை சுற்றி வளைக்கும் தன்மையுடன் கூடிய தகடுதான் கருப்பு உறை. இவை ஒளிச்சிதறல்களை கட்டுப்படுத்தும்.

கருப்பு உறைகள் தகடு மற்றும் அட்டையிலும் கிடைக்கிறது. அட்டை வடிவத்திலிருப்பது ப்ளாக் சார்ட் (Black chart) என்று அறியப்படுகிறது.

Black wrap

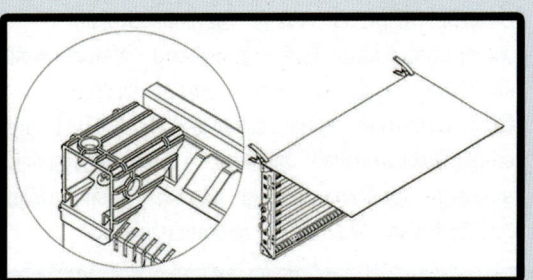

பற்றுக்கருவி (Clamp)

ஒளியமைக்கும்போது தரையில் ஒளிவிளக்கு மற்றும் ஒளி தடுப்புக்கொடிகளை வைக்க முடியாமல் அதை மேல் கூரையிலிருக்கும் ஒரு பிடிமானத்தில் அமைக்க வேண்டிவரும். அப்போது பற்றுக்கருவியான க்ளாம்புகள் பயன்படுத்தப்படுகின்றன.

Pantograph

மணல் பை (Sand Bag)

ஸ்டாண்டுகள் நிலையாக நிற்க அதற்குக் கால்கள் இருந்தாலும் ஒளிக்கருவியின் கூடுதல் எடை அல்லது பலமான காற்று இருக்கும்போது ஸ்டாண்டின் கீழ்பகுதியில் மணல் பை வைக்கப்படும்.

டெலஸ்கோபிக் கம்பம் (Telescopic pole)

மேல்புறத்திலிருந்து ஒளியூட்டவோ அல்லது ஒளிவிளக்குகளை மேற்புறத்தில் அமைக்கவும் டெலஸ்கோபிக் கம்பம் பயன்படுகிறது.

குறிப்பாக, மேற்கூரையில் பிடிமானம் இல்லாமல் இருக்கும்போது இந்த டெலஸ்கோபிக் கம்பம் விரிவடையும் தன்மை கொண்டதால் அதை அகலவாக்கில் விரிவுபடுத்தி இரண்டு சுவற்றிற்கும் பொருத்தி நிலைப்படுத்தலாம் அல்லது ஸ்டாண்டுகள் மூலம் உயர்த்தி பயன்படுத்தலாம்.

Pantograph

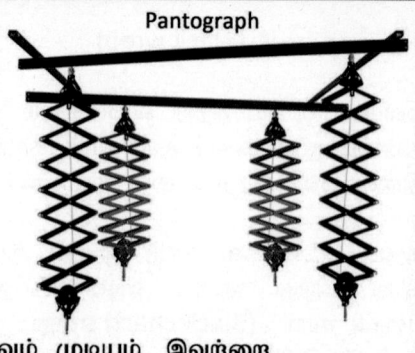

வரைச்சட்டம் (Pantograph)

பான்டோகிரா∴ப் என்று ஆங்கிலத்தில் அழைக்கப்படும் இச்சாதனத்தை நீளவாக்கில் விரிவடைய செய்யலாம். அதே போல மேற்கூரையில் தண்டவாளத்தின் (rails) மூலம் நகர்த்தவும் முடியும். இவற்றை ஸ்டுடியோக்களில் அதிகம் பயன்படுத்துகிறார்கள். ஒளிக்கருவியை பான்டோகிரா∴பில் வைத்து ஒளியமைப்பது மிகவும் எளிதாகிறது. பான்டோகிரா∴ப் இரண்டு இணை மடக்கும் ∴பிரேம்கள் கொண்ட அமைப்பாகும்.

Set wall bracket

ஏந்தற்பலகை
(Set wall bracket)

இவற்றை சுவரில் செங்குத்தாகவோ அல்லது கிடைமட்ட நிலையிலோ பொருத்தலாம். இவை ஒளிவிளக்குகளை பொருத்த திடமான அடிப்படையை அளிக்கிறது.

கிரிப் ஹெட் (Grip head)

கிரிப் ஹெட் ஸ்டாண்டில் பொருத்தப்படும் ஒரு அடாப்டர் (adapter) ஆகும்.

அதில் உள்ள வட்டத் துளை ஸ்டாண்டின் கூர் முனையில் பொருத்தி சுழலும் தன்மைக்கு வழி வகுக்கிறது. பின்னர் கைப்பிடி (knob) மூலம் நகராதவாறு இறுக்கிக்கொள்ளலாம்.

கிரிப் ஹெட் ஸ்டாண்டில் ஒளிக்கருவியையும் விளக்குகளையும் இணைப்பதற்கு பயன்படுகிறது.

ஒளியமைப்பு
lighting

ஒளிப்பதிவாளர் காமிராவில் பதிவு செய்யும் இரு பரிமாண காட்சி திரையில் முப்பரிமாண தோற்றத்தை உருவாக்க வேண்டும். அதற்கு ஒளியமைப்பே முக்கிய காரணியாகத் திகழ்கிறது.

சிறந்த ஒளியமைப்பின் முக்கிய அடிப்படை ஒரு காட்சியில் இடம் பெறும் பொருள், பின்னணி ஆகியவற்றை தனித்தனியாக ஒளி, நிறம் கொண்டு அடையாளப்படுத்துவதே ஆகும்.

ஒளியானது கலைஞர்கள் மீதும் அவர்களைச் சுற்றியும் எப்படிப் பரவுகிறது, அதே போல ஒளியால் சுற்றியுள்ள பொருட்களிலிருந்து வண்ணம் எப்படி பிரதிபலிக்கிறது போன்றவற்றை ஒளிப்பதிவாளர் தீர்மானிக்க வேண்டும்.

ஒளியமைப்பில் மிகு ஒளி (high light) மற்றும் நிழல் காட்சியில் எந்த பகுதியில் தோன்ற வேண்டும் போன்ற பல காரணிகளுடன் இயக்குநரின் தேவைகள், கதைக்களன், ஒளிப்பதிவாளரின் அனுபவம் மற்றும் கலைப்பார்வை ஆகியன முக்கிய பங்காற்றுகிறது.

இயல்பியல் (Naturalism)

ஒளியின் திசை மற்றும் மூலம் (light direction and source), அதன் இயல்புத்தன்மை மாறாமல் பயன்படுத்துவது. ஒளியைப் பயன்படுத்தும் விதத்தில் செயல் நோக்கம் (motivated lighting) இருக்குமாறு பார்த்துக்கொள்ள வேண்டும்.

ஒளியமைப்பின் இரண்டு முக்கிய தத்துவங்கள்

Naturalism

உதாரணம்: பகல் வெளிச்சத்தில் இரண்டு பேரை வெளிப்புறத்தில் படமாக்கும் போது, ஒருவருக்கு பின் ஒளியிருந்தால் எதிர்ப்புறத்தில் இருப்பவர்க்கு நேரடியான ஒளியமைப்பு இருக்க வேண்டும்.

Pictorialism

பிக்டோரியலிசம் (Pictorialism)

கற்பனைத்தன்மைக்கு முக்கியத்துவம் அளித்து ஒளியமைக்கும் தத்துவம்தான் பிக்டோரியலிசம். ஒளியின் திசை, மூலம் மற்றும் தொடர்ச்சி பற்றிய விதிகளை மீறி அழகுணர்ச்சிக்காக ஒளியமைப்பதே இதன் குறிக்கோள்.

உதாரணம்: ஒளி ஒரே திசையிலிருந்தாலும், இரண்டு பேருக்கும் பின் ஒளி (backlight) யை அமைப்பது.

ஒளியமைப்பின் இரண்டு வேறுபட்ட பாணி

ஹை-கீ (High-Key)

ஹை-கீ லைட்டிங் முறையில் பொதுவாக பிரகாசமான ஒளியமைப்பைப் பின்பற்றுவார்கள்.

காட்சியில் குறைந்த நிழல், இருண்ட பகுதி அல்லது முற்றிலும் இருண்ட பகுதியில்லாமல் ஒளியமைப்பதுதான் இதன் சாரம்.

ஹை-கீ லைட்டிங்
பாகுபலி திரைப்படம்

HIGH KEY

IOW KEY

லோ-கீ (Low-Key)

லோ-கீ லைட்டிங் முறையில் காட்சியின் ஆழ் உணர்வின் உருவாக்கத்தில் மிகு ஒளியைக் கட்டுப்பாட்டுடனும் நிழற்பகுதிக்கு அதிக முக்கியத்துவம் கொடுத்தும் ஒளியமைக்க வேண்டும்.

லோ கீ லைட்டிங்
தி லாஸ்ட் எம்பரர்

ஒளிச்செறிவு
(Intensity)

ஒளியின் பண்புகள் / சிறப்பியல்புகள்

01

ஒளியின் மூலமானது தீவிரத் தன்மையுடைய சூரிய வெளிச்சத்திலிருந்து தீக்குச்சி வரை பல்வேறு அடர்த்திகளில் அளவிடப்படுகிறது.

02

ஒளியை ஒரு மெழுகுவர்த்தி வெளிச்சத்திற்கு உட்பட்டும் அதை காமிரா லென்ஸ் ஸ்டாப்ஸ் (stops) அடிப்படையிலும் அளவிடப்படுகிறது.

03

ஒளியின் வெவ்வேறு அளவுகோல்கள் மூலம் காட்சியின் மீது கவனத்-தன்மையை உருவாக்கலாம்.

04

உதாரணம்: வரிசையாக பலர் நிற்க, சட்டகத்தில் ஒளியின் மூலம் குறிப்பிட்ட ஒருவருக்கு அடர்த்தியுடன் ஒளியமைப்பும் மற்றவர்களுக்கு குறைந்த ஒளியையும் நிர்மாணித்தால் பார்வையாளர்களுக்கு அதிக ஒளி கொண்ட ஒருவருக்கு கவனத்தை கொண்டு செல்லும்.

ஒளியின் தன்மை
(Light Quality)

கடினமான ஒளி (hard light), மென்மையான ஒளி (soft light) என்று ஒளியின் தன்மை அறியப்படுகிறது.

ஒளியின் மூலம் (source) பெரிதாகவும் அதே நேரம் ஒளியூட்டப்படும் பொருளுக்கு அருகாமையிலிருக்கும்போது மென்மையான ஒளி வெளிப்படுகிறது.

இது லார்ஜ் சோர்ஸ் (large source) லைட்டிங் என்று துறைசார்ந்த சொல்லாக அறியப்படுகிறது.

ஒரு சிறிய விளக்கிலிருந்து வெளிப்படும் ஒளியின் மூலம் (point source) சிறியதாக அறியப்படுகிறது. ஆனால் அவ்விளக்கின் முன் பெரிய திரைச்சீலை (light grid) அல்லது டி.ஃப்யூசர்களான சல்லடை துணி (scrim) வைத்தால் அந்த ஒளியை லார்ஜ் சோர்ஸ் (large source) என்று அறியப்படுகிறது. அதாவது ஒளியின் மூலம் பெரிதாக இருப்பதாகக் கொள்ள வேண்டும்.

ஒளியை கூரையின் (ceiling) மீது செலுத்தும்போது, ஒளியானது அதன் மீது பட்டு பெரிதாகிறது. அதிலிருந்து வெளிப்படும் பவுன்ஸ் ஒளியானது மென்மையாக இருக்கும், அதே சமயம் படரவும் செய்யும்.

திசை ஒளி மற்றும் சுற்றுப்புற ஒளி
(Directional and Ambient Lighting)

டைரக்ஷனல் லைட் என்ற திசை ஒளி என்பது ஒளிக்கருவிகள் மூலம் ஒளியை இணைக்கதிர்களாக (parallel rays) இலக்கை நோக்கி செலுத்துவது.

சுற்றுப்புற ஒளியானது ஆம்பியண்ட் லைட் என்று துறை வல்லுநர்களால் அழைக்கப்படுகிறது.

ஆம்பியண்ட் லைட், திசை ஒளி போல அல்லாமல் இலக்கற்று பயணிக்கும், அநேக திசைகளில் படரும் தன்மை கொண்டது.

ஒளி விளக்குகளில் உள்ள லென்ஸ் வழியாக வரும் ஒளியை ஒரு திசை அல்லது இலக்கை நோக்கி செலுத்த முடியும்

ஆம்பியண்ட் லைட் பெற பொதுவாக ஒளியை பவுன்ஸ் (bounce) செய்வதன் மூலமாகவும், விரவி (diffuser) மூலம் திசைகளற்றும் பரவச் செய்யலாம்..

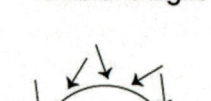

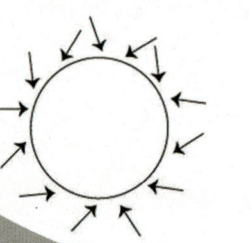   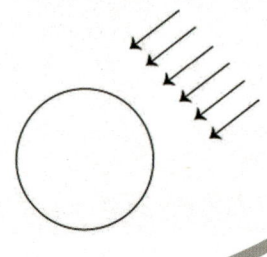

3 பாயிண்ட் ஒளியமைப்பு
(3 Point Lighting)

திரைப்பட ஒளிப்பதிவில் அடிப்படை ஒளியமைக்கும் முறைதான் 3 பாயிண்ட் லைட்டிங். அவை, பின் ஒளி. நிரப்பும் ஒளி. பிரதான ஒளி.

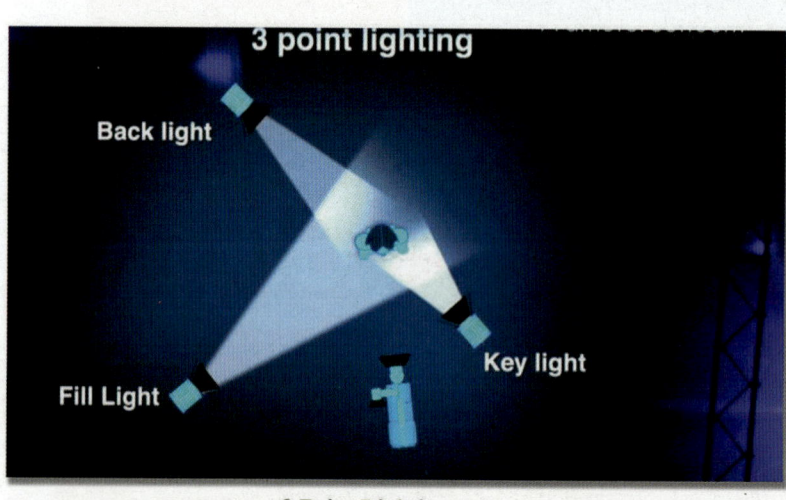

3 Point Lighting

பிரதான ஒளி (Key light)

காமிராவின் முன் வலது அல்லது முன் இடது பக்கத்திலிருந்து நேரடியாக பொருளுக்கு ஒளியூட்டப்படும்.

கீ லைட் காட்சியின் ஒட்டுமொத்த தோற்றம் மற்றும் உணர்வை நிறுவுகிறது. இதன் தொழில்நுட்ப நோக்கம் சரியான எக்ஸ்போசரை நிர்மாணிப்பதற்கும் பயன்படுகிறது.

கீ லைட், அதன் பெயருக்கு ஏற்ப ஒளி அளவு அதிகம் இருக்க வேண்டும்.

பொதுவாக, ஒளியமைக்கப்படும் பொருளின் சற்று அருகாமையிலிருக்கும் ஒளி தான் கீ லைட்.

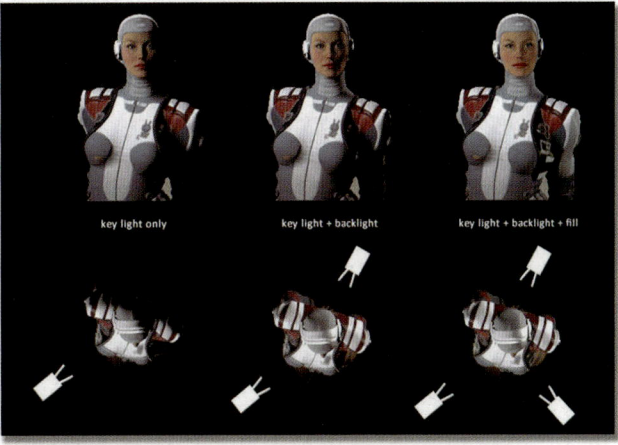

Key , Fill and Back light

நிரப்பும் ஒளி (Fill Light)

∴பில் லைட் அதன் பெயரைப்போலவே கீ லைட் மூலம் ஏற்படுத்தப்படும் நிழல் பகுதியை மட்டுப்படுத்துவதே இதன் செயல் வடிவமாகும்.

இதன் முக்கிய தொழில்நுட்ப நோக்கம் கான்ட்ராஸ்டை (contrast) குறைப்பதே. பொதுவாக, ∴பில் லைட் ஒளியளவு கீ லைட்டை விட குறைவாகவே இருக்கும்.

∴பில் லைட் ஒளியின் அடர்த்தி கீ லைட்டை விட குறைவாக இருப்பதோடு ஒளியமைக்கும் பொருளிலிருந்து சற்று தூரமாகவே வைக்கப்படும்.

அதோடு, கீ லைட்டின் எதிர்புறமாகவே (opposite side) ∴பில் லைட் இருக்கும்.

பின் ஒளி (Back light)

Sky Fall - Back lighting

Back Light

பின் ஒளி (Back light)

பேக் லைட் என்பது படமாக்கும் பொருளின் பின் ஒளிவிளக்கை வைத்து அதன் ஒளியை காமிராவைப் பார்த்தவாறு அமைக்க வேண்டும்.

உயர்வான நிலையிலிருந்து ஒளியமைக்கும் போது பேக் லைட் சிறப்பானதாக இருக்கும்.

நாம் படமாக்கும் பொருளை அதன் பின்னணியிலிருந்து பிரிக்கவும் பேக் லைட் முறை பெரிதும் பயன்படுகிறது.

பேக் லைட் ஒளியமைப்பில் அழகான வெளிக்கோடு (outline) கிடைப்பதால் காட்சியின் டெப்தை (depth) உணர முக்கிய காரணியாகிறது.

ஒளியை அதன் பண்பு மற்றும் பயன்பாட்டை வைத்து எளிமையாக விவரிக்கலாம்.

பண்பு

ஒளிச்செறிவு (Intensity) - பிரகாச ஒளி (Bright light), குறை ஒளி (Grim light).

நிறம் (Color) - பகல் ஒளி (Day light), டங்க்ஸ்டன் ஒளி (Tungsten light).

ஒளியின் தன்மை (Quality) - அடர் ஒளி (Hard light), மென்மையான ஒளி (soft light).

கோணம் (Angle) - கூறுகளின் நிலைப்பாட்டிற்கேற்ப ஒளியின் திசை.

பயன்பாடு

கீ லைட் - பிரதான ஒளியமைப்பு (main source of illumination).

ஃபில் லைட் - கான்ட்ராஸ்ட் கையாள்வது (contrast management).

பேக் லைட் - ஒளியால் பிரிப்பது, வெளிக்கோடு (separation, outline).

ஒளி விகிதம்
(Lighting Ratio)

Lighting Ratio

ஒளியின் விகிதங்கள் பொதுவாக காமிராவின் இரண்டு பக்கங்களில் வெளிப்படும் ஒளியின் அளவுகளையே குறிக்கிறது. அதாவது கீ லைட் மற்றும் ∴பில் லைட்.

ஒளி விகிதங்கள் எண்கள் வடிவிலேயே வெளிப்படுத்தப்படுகின்றன. பிரதான ஒளியான கீ லைட் தொடங்கி நிரப்பொளியான ∴பில் லைட்கள் கணக்கிடப்படுகின்றன.

உதாரணம்: ஒளியின் விகிதம் 1:1 என்றால், கீ லைட்டும் ∴பில் லைட்டும் ஒரே ஒளியளவு கொண்டதாகும்.

1:1 விகிதத்தில் ஒளியமைத்தால், அது சமமான ஒரு சுவையற்ற ஒளியமைப்பாக மாற வாய்ப்புண்டு.

அதுவே, 1:2 விகிதத்தில் ஒளியமைத்தால் கீ லைட் ∴பில் லைட்டை விட இரண்டு மடங்கு அதிக ஒளி பெற்றிருக்கும்.

மேலும், கான்ட்ராஸ்ட் வேண்டும் என்றால் 4:1 விகிதத்தில் ஒளியை நிர்மாணிக்கலாம். இதில் ஃபில் லைட்டை விட கீ லைட் நான்கு மடங்கு ஒளி பெற்றிருக்கும்.

இது நிழற்பகுதியில் அதிக அடர்த்தியை ஏற்படுத்தும். நாம் ஒளியமைக்கும் கூறுகளுக்கு வடிவம் பெறவும் உதவும்.

ஒளி விகிதம் மாதிரி அட்டவணை (Lighting Ratio Table)

கீ லைட் (Key light)	ஃபில் லைட் (Fill light)	விகிதம் (Ratio)
F 11	F 11	1:1
F 11	F 8	2:1
F 11	F 5.6	4:1
F 11	F 4	8:1
F 11	F 2.8	16:1

மேலே குறிப்பிட்ட அட்டவணை ஒளியின் அளவை அப்பர்சர் எண்ணுக்கு உட்பட்டே அளவிடப்பட்டுள்ளது.

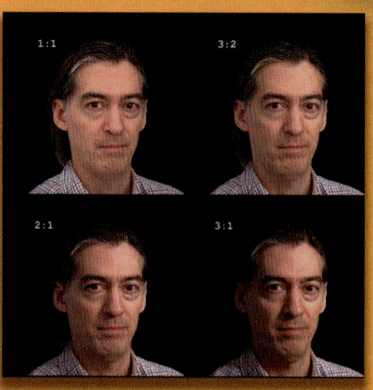

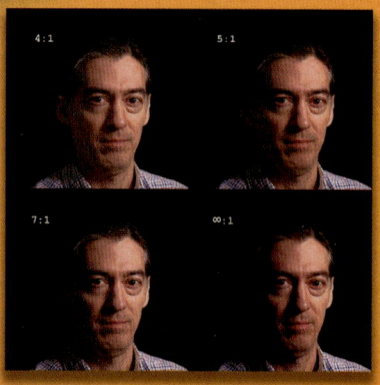

Lighting Ratio

ஒளியைக் கட்டுப்படுத்தும் முறை (Controlling Lights)

ஒரு திரைப்படத்திற்கான தோற்றத்தை (look) உருவாக்குவது ஒளிப் பதிவாளரின் முக்கிய பணியாகும். அதை ஒளியமைப்பின் மூலமாக செயல்படுத்த திட்டங்களை வகுக்க வேண்டும். அதில் முதன்மையானது ஒளியைக் கட்டுப்படுத்தும் முறைகளைக் கையாள்வது.

திரைப்படத்தில் இரவு, பகல், உட்புறம், வெளிப்புறம் ஆகிய நிலைகளில் வெவ்வேறு ஒளி விளக்குகள் அதற்கு உரிய சாதனங்களை கொண்டு ஒளியமைத்தாலும் ஒரு திரைப்படத்திற்கான ஒட்டு மொத்த தோற்றத்திற்கு வரையறுக்கவேண்டி வரும்.

பல்வேறு சாதனங்களைக் கொண்டு ஒளியின் கற்றை (light beam) குவிமையப்படுத்துதல், பரவுவது, மென்மையாக்குவது அல்லது முற்றிலும் தடுப்பது போன்ற தொழில்நுட்பச் செயல்களை திறம்பட ஆற்ற வேண்டி சரியான
உபகரணங்களைத் தேர்வு செய்வது முதல் அவற்றைப் பற்றிய விழிப்புணர்வும் முக்கியம்.

ஒளியை பவுன்ஸ் செய்ய (Bounce)

ஒளியை பவுன்ஸ் செய்யும்போது ஒளி மென்மையாக பரவுகிறது. இது ஏறத்தாழ வானத்திலிருந்து வரும் வெளிச்சம் போன்று உணரப்படும்.

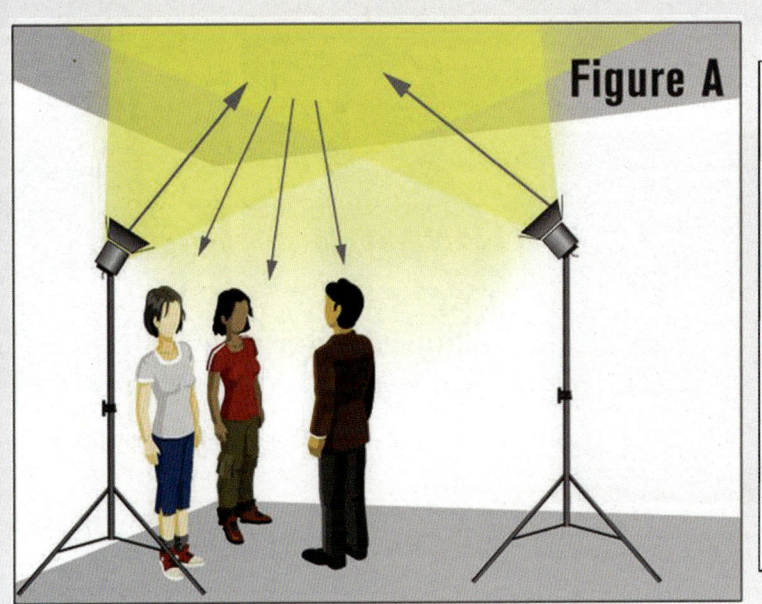

Ceiling Bounce — Figure A

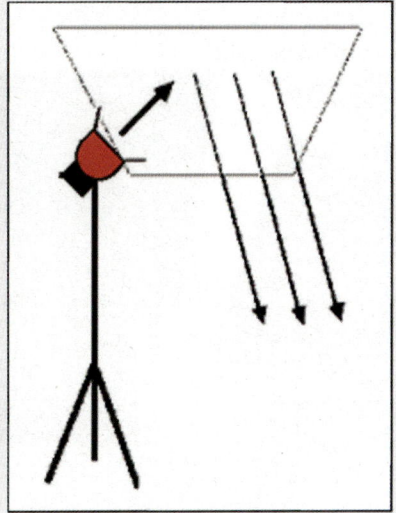

Bounce Light

ஒளியை பவுன்ஸ் செய்ய தெர்மக்கோல் (Thermocole), வெண்ணிற அட்டை, சில்வர் பலகை (Silver reflector), வெண்ணிற சில்க் துணி (Satin cloth) ஆகியவை அதிகம் பயன்படுத்தப்படும் சாதனங்கள்.

பொதுவாகவே ஒளியானது பரவும் தன்மையுடையதால் அருகிலிருக்கும் பொருட்கள், தரை, சுவர் என்று அனைத்திலிருந்தும் பவுன்ஸாகும். வெளிப்புறத்தில் கூட ஒரே சூரிய ஒளியிருந்தாலும் வானத்திலிருந்தும் மரத்திலிருந்தும் இப்படி பல்வேறு அமைப்பிலிருந்து ஒளி பரவுகிறது. ஆகவே பிரத்யேகமாக ஒளிக் கலைஞர்கள் ஒளியை பவுன்ஸ் செய்வது என்பது அவர்களின் விருப்பதிற்கு ஒளியை வடிவமைக்கவும் எக்ஸ்போசர் ஆகியவற்றை நினைத்தபடி பெறுவதற்காகவும்தான்.

தெர்மக்கோல் ஒற்றை மற்றும் இரட்டிப்பு (double) அளவில் அதிகம் பயன்படுத்தப்படுகிறது.

தெர்மக்கோல் மூலம் பவுன்ஸ் செய்யப்படும் ஒளி மிகவும் மென்மையாகவும் அதிக தூரம் செல்லாமலும் படரும்.

வெளிப்பறத்தில் படமாக்கும்போது அண்மைக் காட்சியாக (close up) பதிவு செய்யும் போது தெர்மக்கோல் மூலம் வரும் ஒளி மிக அழகான ஒளியமைப்பைத் தரும்.

சில்வர் (silver reflector) பிரதிபலிப்பான் மூலம் வெளிப்படும் ஒளியானது சற்று அடர்த்தியுடனும் அதே போல அவ்வொளியை திசைப்படுத்தவும் முடியும்.

கண்ணாடி (mirror) மூலமாகவும் ஒளியை பவுன்ஸ் செய்ய முடியும். அவ்வொளி மிகவும் கடினமாக இருக்கும்.

கண்ணாடிகள் மூலம் பிரதிபலிக்கும் ஒளியை பிரத்யேகமான ஒளியமைப்பு-க்கே பயன்படுத்துவார்கள்.

Diffusing Light

With Reflector
No Reflector

Bounce Light with Reflector

பேக் லைட், விளிம்பு ஒளி (rim light) க்கு வெளிப்புறத்தில் கண்ணாடி மூலம் சிறப்பான பயனை அடைய முடியும்.

ஸ்கிரிம்மர் (scrimmer) துணிகளை கம்பிகளில் பத்து அடி அகலமும், நீளமும் கொண்டு சதுர வடிவத்தில் ஸ்டாண்டில் பொருத்தி வெளிப்புறத்தில் ஒளியை பவுன்ஸ் செய்ய பயன்படுத்-தப்படுகிறது.

காட்சியில் அதிகம் பேர் குழுமியிருக்கும் பட்சத்தில் ரி∴ப்ளெக்டர் கொண்டு ஒளியை செலுத்தினால் அனைவருக்கும் ஒளி சரியாக சென்றடையாமல் திட்டுத்திட்டாக காணப்படும்.

ஸ்கிரிம்மர் சூரிய ஒளியின் திசைக்கு ஏற்றவாறு சரியாக நிலை கொண்டு ஒளியை பிரதிபலிக்கலாம். அது அதிகம் பேர் குழுமியிருந்தாலோ அல்லது நீண்ட கூறுகளுக்கு மென்மையான ஒளியை செலுத்த உதவுகிறது.

ஒளியை சரியாக பவுன்ஸ் செய்ய ஸ்கிரிம்மரை செங்குத்தாக நகர்த்தி (vertical swing) இலக்கிற்கு ஒளியை செலுத்தலாம்.

பவுன்ஸ் லைட்டிங் முறையை திரைப்படங்களில் பிரபலமாக்கியவர் தலைசிறந்த ஒளிப்பதிவாளர் சுப்ரதோ மித்ரா அவர்கள். பதேர் பாஞ்சாலி (1955) திரைப்படத்திற்காக அவர் இந்த ஒளியமைப்பை பயன் படுத்தியது உலகம் முழுக்க பாராட்டுக்களைப் பெற்றுத் தந்தது.

ஒளிப்பதிவாளர் சுப்ரதோ மித்ரா.

பவுன்ஸ் லைட்டிங் அறிமுகமான பதேர் பாஞ்சாலி திரைப்படம்.

Pather Panchali

திசை மாற்றும் தன்மை (Refract)

விளக்கிலிருந்து வெளிப்படும் ஒளிக்கற்றையை குவிமையப் படுத்தவோ திசை திருப்பவோ முடியும்.

ஒளியை நம் விருப்பத்திற்கு ஏற்றவாறு குறிப்பிட்ட பகுதிக்கு செலுத்த முடியும். ஒளிக்கருவியில் உள்ள பல்ப் பிலிருந்து வெளிப்படும் ஒளியானது முன் பகுதியில் உள்ள லென்ஸில் ஊடுருவிச் செல்கிறது. ஒளி விளக்குகளிலிருக்கும் லென்ஸ் லைட் கண்டென்சர் (condenser) என்றும் தொழில்முறையில் அழைக்கப்படுகிறது.

இந்த லைட் கண்டென்சர்கள் ஒளியை வளைக்கும் தன்மையுடையவை. ஒளியை நீர் நிலைகள் மற்றும் கண்ணாடிகள் (glass) மூலம் திசை திருப்பவும் முடியும்.

ஒளியானது நேர்கோட்டில் பயணிக்கும் தன்மையுடையது. ஏதேனும் ஒரு பொருளில் ஒளியை செலுத்தும்போது, அப்பொருளின் தன்மைக்கு ஏற்றவாறு ஒளியின் திசையின் கோணம் மாறுபடும். இது ஆங்கிலத்தில் ரி∴ப்ரேக்ஷன் (refraction) என்று கூறப்படுகிறது.

உதாரணம்: கண்ணாடி டம்ளரில் உள்ள நீரில் ஒரு குச்சியை வைத்தால், நம் பார்வைக்கு நீரில் அக்குச்சி மடங்கி இருப்பது போல் தோற்றமளிக்கும். இதில் நீர் நிலையை ஒரு மீடியமாகக் கருதவேண்டும். குச்சியை ஒளியின் திசையாகக் கருத வேண்டும்.

ஒளியானது ஒரு மீடியத்திலிருந்து இன்னொரு மீடியத்திற்கு செல்லும்போது திசை மாற்றம் அடைகிறது. மேலே உள்ள உதாரணம் என்னவென்றால் மேற்புறம் காற்றின் மீடியம். குச்சியானது காற்றின் மீடியத்திலிருந்து நீரின் மீடியத்திற்கு செல்லும்போது மாற்றம் அடைகிறது.

Refraction 1

காற்று மற்றும் பல்வேறு சீதோஷ்ண நிலைகளுக்கேற்றவாறும் ஒளியின் திசை மாற்றம் (refraction) ஏற்படும்.

பனி, குளிர் போன்ற சீதோஷ்ண நிலைகளில் ஒளியானது வேகம் குறைந்து அதிகமாக மடங்கும் தன்மைக்கு உள்ளாகும்.

அதுவே, வெப்பமான சூழ்நிலையில் ஒளி குறைந்த அளவிலேயே திசை மாற்றம் கொள்ளும்.

அதனால்தான், மிகவும் வெப்பமான நாட்களில் தூரத்தில் உள்ளவற்றைப் பார்க்கும் போது நமக்கு கானல் நீர் போல தோன்றுவதற்கு ஒளியின் ரி.ஃப்ரேக்ஷன் தான் காரணமாகிறது.

ஒளி உறிஞ்சப்படும் (Light Absorbed)

ஒளி ஒரு பொருளின் மீது படும்போது அதன் அலைவரிசையில் சிலவற்றைப் பிரதிபலிக்கும், சிலவற்றை உறிஞ்சிக் கொள்ளும். ஆகவே பிரதிபலிக்கும் அலைவரிசைதான் குறிப்பிட்ட நிறத்தன்மையை வெளிப்படுத்துவது.

வெண்மை நிறம் ஒளியின் அனைத்து அலைவரிசைகளையும் பிரதிபலிக்கிறது. ஆனால் கருப்பு நிறமோ ஒளியின் அலைவரிசையை உறிஞ்சிக்கொள்கிறது. அதனால்தான் ஒளியைத் தடுப்பதற்கு கரு நிற அட்டை அல்லது கொடிகளைப் பயன்படுத்துகிறோம்.

காடுகளில் அல்லது பச்சை பசேல் என்று மரங்களை இலைகள் சூழ்ந்திருக்கும் இடங்களில் படமாக்கும்போது நாம் படமாக்கும் கதாபாத்திரத்திரம் அணிந்திருக்கும் உடையில் குறிப்பாக வெண்ணிற ஆடை அணிந்திருந்தால் சுற்றுப்புறத்திலிருந்து பச்சை நிறம் அவரது ஆடையில் பிரதிபலிக்க வாய்ப்புண்டு. அதே போல க்ளோசப் (close ups) காட்சியமை-க்கும்போது சில நேரங்களில் முகத்தில் கூட பச்சை நிறம் பிரதிபலிக்க வாய்ப்புண்டு.

அப்போது கருப்பு நிற அட்டை மூலமாக தேவையில்லாத வெளிப்புற ஒளியை கட்டுப்படுத்தலாம் அல்லது தெர்மக் கோல் மூலமாக ஃபில் லைட் பாய்ச்சி அவற்றை மட்டுப்படுத்தலாம்.

Refraction

Directional & Ambient Light

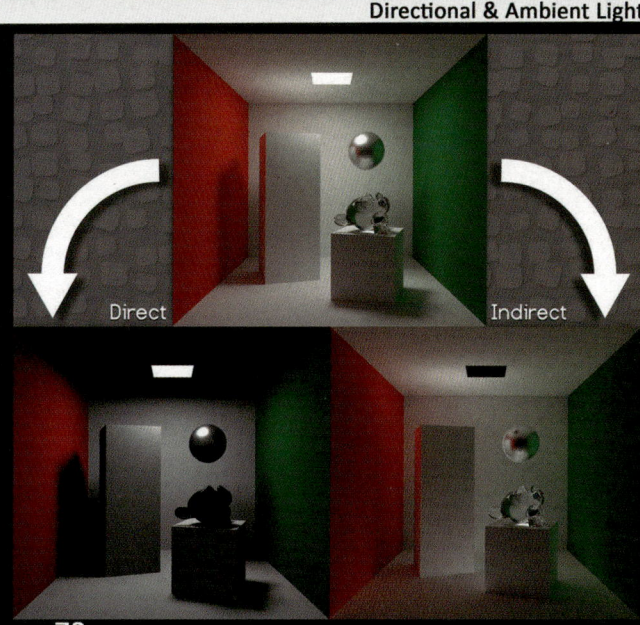

ஒளி ஓவியம் (Painting with Light)

ரெம்ப்ரண்ட் ஒளியமைப்பு (Rembrandt Lighting)

ஓவியக்கலையின் முன்னோடியாகவும் ஒரு தலைசிறந்த ஓவியக்கலைஞனாகவும் என்றும் அறியப்படுபவர் ரெம்ப்ரண்ட். இவர் 1630 களில் தீட்டிய உருவப்படம் (portrait) ஓவியங்களின் தன்மையில் ஓர் புதிய அத்தியாயத்தை ஏற்படுத்தியது. குறிப்பாக அவர் ஒளியை ஓவியங்களில் உள்ள உருவங்களுக்குக் கொடுத்த விதம் இன்றும் திரைப்பட ஒளியமைப்பில் தொடரப்பட்டு வருகிறது. ஹாலிவுட் திரைப்பட ஒளிப்பதிவாளர்கள் ரெம்ப்ரண்ட் ஒளியமைப்பை வி (V) லைட்டிங் என்றும் சொல்வதுண்டு.

Rembrandt

Rembrandt Lighting

Light direction

Rembrandt Lighting (Trangle under eye)

One Light.

இம்முறையான ஒளியமைப்பில் முகத்தின் ஒரு பக்கம் முழுமையான வெளிச்சமும் இன்னொரு பக்கத்தின் நிழல் பகுதியில் ஓர் தலைகீழ் முக்கோண வடிவில் ஒளிக்கீற்று கன்ன மேடுகளில் உருவாக வேண்டும். அதற்கேற்ப ஒளி விளக்குகளை சரியான உயரத்திலும் கோணத்திலும் வைத்து ஒளியை செலுத்த வேண்டும்.

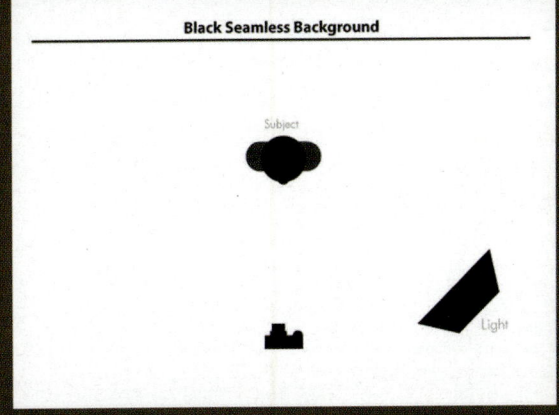

Rembrandt Diagram

ரெம்ப்ரண்ட் ஒளியமைப்பு பெற காமிராவின் பக்கத்தில் அதாவது இடது அல்லது வலது புறம் சற்று தொலைவில் ஒளிவிளக்கை 45 டிகிரி கோணத்தில் கதாபாத்திரத்திற்கு ஒளியை சற்று உயர்வான நிலையிலிருந்து, அதாவது கண் மட்டத்திற்கு (Eye level) மேலாக ஒளியூட்ட வேண்டும்.

முகத்தில் ஒளியால் நிழல் பகுதியில் உருவாகும் தலைகீழ் முக்கோணம் அதன் அகலம் கண்களைக் காட்டிலும் குறைவாகவும் நீளம் மூக்கை விட குறைவாகவும் இருக்க வேண்டும்.

முகத்தில் உருவாகும் நிழல் தன்மை கடுமையாக இருந்தால் ஒளியின் தன்மையை மென்மையாக்கலாம்.

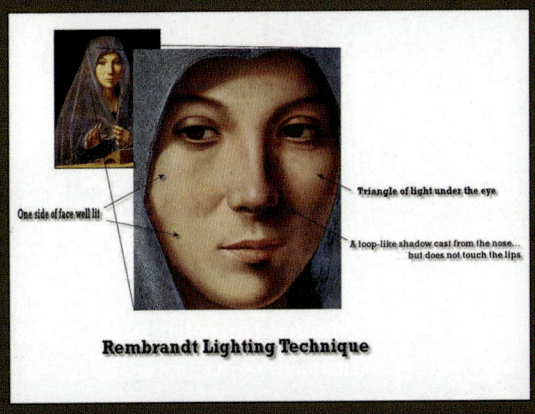

ரெம்ப்ரண்ட் ஒளியமைப்பு முறையில் தி வார்ன்ஸ் ஆ∴ப் விர்ஜினியா (1915) திரைப்படம்.

ரெம்ப்ரண்ட் ஒளியமைப்பு க்ளோசப் (close up) மற்றும் மிட்-ஷாட்டுகளின் (mid shot) போது செய்தால் நன்றாக எடுபடும். பொதுவாக வட்டமான முக அமைப்பு உடையவர்களுக்கு இவ்வகை ஒளியமைப்பு சிறப்பாக இருக்கும். நீளமான முகம் உள்ளவர்களுக்கு அவ்வளவு சிறப்பாக இருக்காது. பெண்களை விட ஆண்களைப் படமாக்கும்போதுதான் (more masculine lighting) ரெம்ப்ரண்ட் லைட்டிங் அதிகம் பயன்படுத்தப்படுகிறது.

ஓவியத்திலிருந்து முதன் முதலாக ரெம்ப்ரண்ட் ஒளியமைப்பை திரைப்படத்தில் பயன்படுத்தியவர் பிரபல ஹாலிவுட் இயக்குநர் சிசில் பி டெமிலி (Cecil Be Demile). 1915ம் ஆண்டு தனது தி வார்ன்ஸ் ஆ∴ப் விர்ஜினியா (The Warrens of Virginia) என்ற திரைப்படத்தில் பயன்படுத்தினார்.

அத்திரைப்படத்தின் தயாரிப்பாளர் இந்த ஒளியமைப்பைப் பார்த்து, "நடிகர்களின் முகம் ஏன் ஒரு பக்கத்தில் மட்டும் சிறிய ஒளிக்கீற்றுடன் இருட்டாக இருக்கிறது, திரைப்பட விநியோகஸ்தர்கள் இதற்கு ஆட்சேபணை தெரிவித்தால் என்ன செய்வது?" என்று இயக்குநரிடம் கேள்வி எழுப்பினார்.

அப்போது இயக்குநர் சிசில் பி டெமிலி, இந்த ஒளியமைப்பு முறை ரெம்ப்ரண்ட் ஓவியத்தின் அடிப்படையில் உருவானது என்று கூறியதைக் கேட்ட தயாரிப்பாளர் சாம் கோல்ட்வின் (Sam Goldwyn) இந்த ஒளியமைப்பை விளக்கி விளம்பரப்படுத்தினால் விநியோகஸ்தர்களிடம் கூடுதல் தொகை கிடைக்க வாய்ப்புள்ளதாக மிகுந்த மகிழ்ச்சிடன் தெரிவித்தார்.

ரெம்ப்ரண்ட் ஒளியமைப்பில் கதாபாத்திரத்தின் இரண்டு கண்களிலும் கன்ன மேட்டிலும் ஒளிர்வு பெற்றிருக்கும்.

ரெம்ப்ரண்ட் ஒளியமைப்பில் கதாபாத்திரத்தின் மனநிலை அமைதியுடன் சற்று மனம் விட்டுப் பழகாத தன்மைக்கு (reserved) சரியாகப் பொருந்தும்.

பட்டாம்பூச்சி ஒளியமைப்பு (Butterfly Lighting)

பட்டாம்பூச்சி ஒளியமைப்பை அறிமுகப்படுத்திய ஜார்ஜ் எட்வர்ட் ஹர்ரெல்

பட்டாம்பூச்சி ஒளியமைப்பு முறை பாரமவுண்ட் லைட்டிங் (paramount lighting) என்றும் ஹாலிவுட்டில் அழைக்கப்படுகிறது.

நிழற்படக்கலைஞரான ஜார்ஜ் எட்வர்ட் ஹர்ரெல் (George Edward Hurrell) 1930 களில் ஹாலிவுட் திரைப்பட நட்சத்திரங்களை பட்டாம்பூச்சி ஒளியமைப்பில் படமாக்கினார். இது மிகவும் பிரபலமடைந்து திரைப்படங்களிலும் பிறகு தொடரப்பட்டது.

பட்டர்ஃபிளை லைட்டிங் என்று ஆங்கிலத்தில் அழைக்கப்படும் இம்முறையில் ஒளி விளக்கை காமிராவிற்கு பின்னர் அல்லது சற்று அருகில் கதாபாத்திரத்தின் கண் மட்டத்தை விட உயர்வான நிலையிலிருந்து ஒளியைப் பாய்ச்ச வேண்டும். அப்போது கதாபாத்திரத்தின் மூக்கின் கீழ் பட்டாம்பூச்சி வடிவில் மெல்லிய நிழல் தோன்றும்.

பட்டாம்பூச்சி ஒளியமைப்பு வசீகரிக்கும் (glamour) தன்மையுடையதால் இளம் பெண்களுக்கும் மெலிந்த கன்னம் உள்ளவர்களுக்கும் சிறப்பான ஒளியமைப்பாக இருக்கும்.

இவ்வொளியமைப்பை பெரும்பாலும் ஆண்களைவிட பெண் கதாபாத்திரங்களுக்கே (more feminine lighting) பயன்படுத்துவர்.

பட்டாம்பூச்சி ஒளியமைப்பு

பட்டாம்பூச்சி ஒளியமைப்பு (Butterfly Lighting)

பட்டாம்பூச்சி ஒளியமைப்பு முறையில் படமாக்கும் கதாபாத்திரங்களுக்கு அருகாமையில் ஒளி விளக்குகள் இருப்பது சிறப்பு. அதே போல இவ்வொளியமைப்பினால் கழுத்தில் நிழல் படியும். அதை மட்டுப்படுத்த ∴பில் லைட் (fill light) கீழ் பகுதியில் மென்மையாக அமைக்கலாம் அல்லது வெறும் தெர்மக்கோலை மடியில் வைத்தால்கூட போதுமானது.

Butterfly Lighting Position

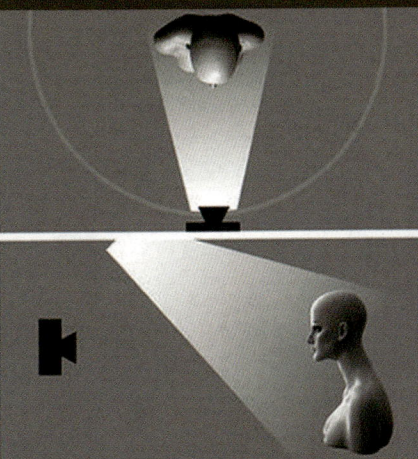

பரிந்துரைக்கப்படும் ஒளி பாய்ச்சும் கோணம்: 70 டிகிரி முதல் 80 டிகிரி வரை கதாபாத்திரத்தின் நிலையும் முக அமைப்புக்கு ஏற்றவாறு ஒளி விளக்குகளை சரியான திசை மற்றும் கோணத்தில் அமைக்க வேண்டும்.

சூரிய ஒளியிலும் இயல்பாக சில நேரங்களில் பட்டாம்பூச்சி ஒளியமைப்பு ஏற்படுவதுண்டு. குறிப்பாக காலை நேரம் 8 மணி முதல் 10 மணி வரை நேரடி ஒளி நிலையில் அமைவதுண்டு.

பிளவு ஒளி (Split Lighting)

இதன் பெயருக்கேற்ப முகத்தில் சரிபாதி ஒளியுடனும் மறுபாதியில் நிழல் படியும் அமைப்புடனும் ஒளியூட்டும் முறையை ஸ்ப்ளிட் லைட்டிங் என்ற ஆங்கில சொல்லாக்கம் மூலம் அறியப்படுகிறது.

ஒளி விளக்குகளை கதாபாத்திரங்களின் இடது அல்லது வலது புறம் 90 டிகிரி கோணத்தில் ஒளி பாய்ச்சப்படுகிறது.

ஸ்ப்ளிட் லைட்டிங் முறையை மிக எளிதாக அமைக்க முடியும். அதே போல இந்த ஒளியமைப்பின் மூலம் காட்சிக்கு அல்லது கதாபாத்திரங்களுக்கு வலுவான மனநிலையை ஏற்படுத்த முடியும்.

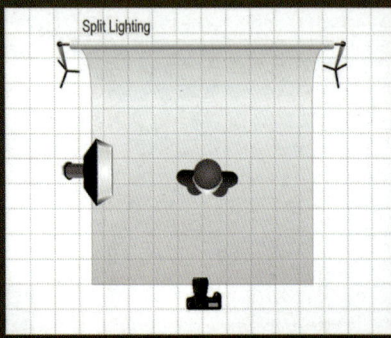

Split Lighting diagram

வீடு திரைப்படம் - பிளவு ஒளி காட்சி

ஸ்ப்ளிட் லைட்டிங்கை இயற்கை ஒளியில் எளிதாக உருவாக்கலாம். குறிப்பாக கதாபாத்திரங்களை ஜன்னல் ஓரத்தில் காமிரா கோணத்தை பார்த்தவாறு அமைத்தாலே போதும்.

ஸ்ப்ளிட் லைட்டிங் முறையில் முக்கியமானது எல்லா சூழ்நிலை அல்லது மூட்களுக்கு (mood) ஏற்றவாறு அமைக்க முடியும்.

கதாபாத்திரங்களுக்கு ஒளியை மென்மையாக படரச் செய்தால் மெல்லிய உணர்வுகளை ஏற்படுத்த முடியும். அதே நேரம் ஒளியை நேரடியாக ஒளியின் அடர்த்தியான தன்மை மூலம் ஸ்ப்ளிட் லைட்டிங் முறையில் பாய்ச்சினால் மர்மத்தன்மையை (mystery) எளிதாக உருவாக்க முடியும்.

சிலருக்கு ஒரு பாதி முக அமைப்பு சிறப்பாக இருக்கும். மறுபாதி அவ்வளவு சிறப்பாக இருக்காது. ஏதாவது முகத்தழும்புகள் போன்று இருப்பின் முகத்தில் குறைபாடு உள்ள பகுதியை நிழல் தன்மையில் மறைக்க ஸ்ப்ளிட் லைட்டிங் முறை பெரிதாக உதவும்.

ஒளிப்பதிவு மேதை பாலு மகேந்திரா அவர்கள் ஸ்ப்ளிட் லைட்டிங் முறையை தனது திரைப்படங்களில் அதிகமாகப் பயன்படுத்தினார். குறிப்பாக கதாபாத்திரங்களை ஜன்னல் ஓரத்தில் மையப்படுத்தி மென்மையான ஒளி மூலமாக சிறப்பான ஒளியமைப்பினை உருவாக்கினார்.

Balumahendra

லூப் ஒளியமைப்பு (Loop Lighting)

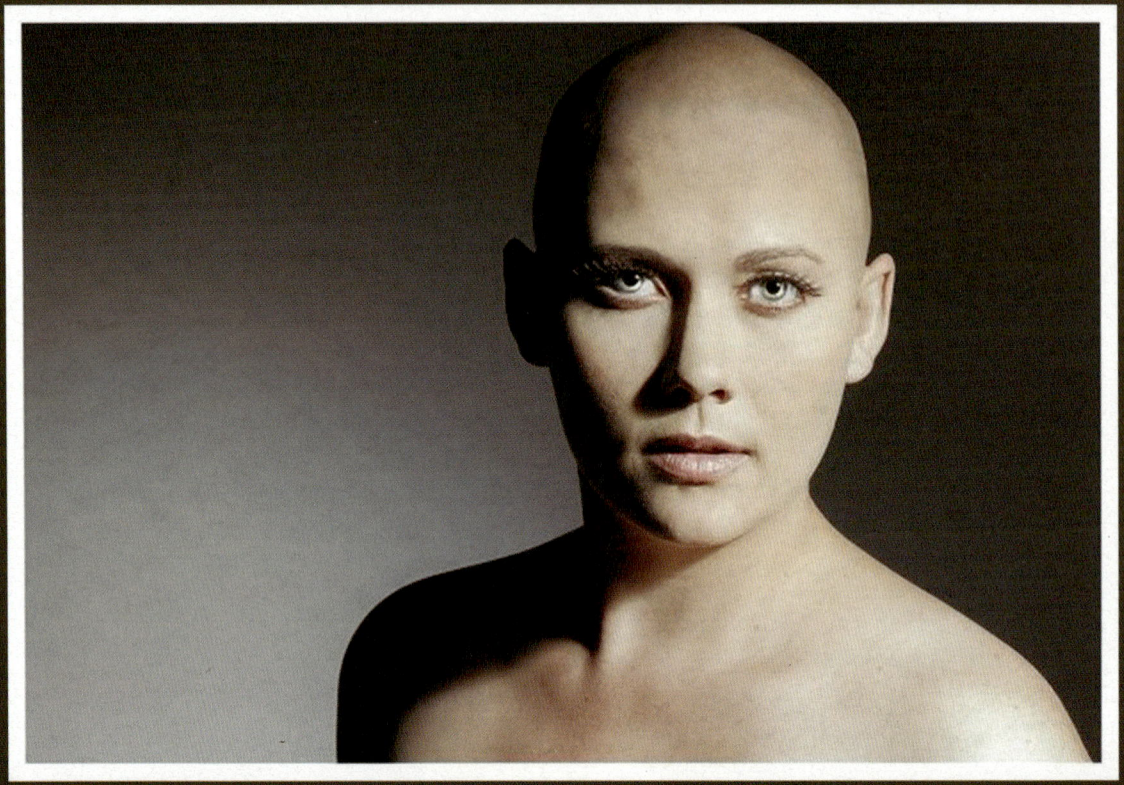

லூப் லைட்டிங் பொதுவாக அதிகம் பயன்படுத்தப்படும் ஒளியமைப்பு முறையாகும். எல்லா முக அமைப்புக்கும் இது பொருந்தும் என்பதாலும் அதே போல முகத்தில் பெரும்பான்மையான பகுதி ஒளியூட்டப்பட்டிருக்கும் என்பதுமே காரணங்களாகும்.

லூப் ஒளியமைப்பில் மூக்கின் ஒரு பக்கத்தில் சிறிய வளையம் போன்ற நிழல் தோன்றும்.

கதாபாத்திரம் நேரடியாக காமிராவைப் பார்க்கும் வண்ணம் ஒளியை காமிராவின் இடது அல்லது வலது புறம் சுமார் 35 டிகிரி கோணத்தில் கண் மட்ட உயர்வுக்கு அப்பால் பாய்ச்ச வேண்டும்.

கியாரஸ்க்யூரோ (Chiaroscuro)

கியாரஸ்க்யூரோ என்ற சொல்லுக்கு இத்தாலி மொழியில் ஒளி மற்றும் இருள் (light and dark) என்ற பொருள் கொண்டதாகும். மிகப் பழமை வாய்ந்த இந்த ஓவியத்தன்மையானது 16 ம் நூற்றாண்டில் கரவாஜியோ என்ற ஓவிய மேதையால் புகழ் பெறத் துவங்கியது.

கியாரஸ்க்யூரோ முறையில் வரையப்படும் ஓவியங்களில் ஒளி மற்றும் இருள் பகுதிகள் மூலம் முப்பரிமாணத் தோற்றத்தை உருவாக்கினார்.

ஓவியர் கரவாஜியோ (Caravaggio) தனது ஓவியப்படைப்புகளில் இருண்ட பின்னணியை (dark background) உருவாக்கி முன் பகுதியில் உள்ளவற்றிற்கு ஒளியின் மூலம் வேறுபடுத்தி பரவலான தாக்கத்தை கலைரீதியாக உருவாக்கினார்.

கியாரஸ்க்யூரோ முறை திரைப்படங்களிலும் மிகச் சிறப்பாக பயன்படுத்தப்பட்டு வருகிறது. குறிப்பாக லோ-கீ (low key) லைட்டிங்கிற்கு எடுத்துக்காட்டாக அமைந்துள்ளது.

ஹாலிவுட் ஒளிப்பதிவாளர்கள் கியாரஸ்க்யூரோ ஒளி ஓவிய முறையை திரைப்படங்களில் அவர்களின் தனித்தன்மையுடன் சேர்த்து ஒளியமைப்பு செய்தனர்.

1920 ம் ஆண்டில் வெளிவந்த 'தி கேபினெட் ஆ.்.ப் டாக்டர் கெலிகாரி' (The cabinet of Dr.Caligari) என்ற படத்தைத் தொடர்ந்து தலைசிறந்த ஒளிப்பதிவாளர்களான கிரக் டோலண்ட் (Greg Tolland), லஸ்லோ கோவக்ஸ் (Laszlo Kovacs), வில்மாஸ் சிக்மண்ட் (Vilmos Zsigmond), விட்டாரியோ ஸ்டோராரோ (Vittario Storaro), ஸ்வென் நிக்விஸ்ட் (Sven Nykvist) இப்படி பலர் தங்களின் படைப்பாற்றல் மிக்க திரைக் காவியங்களில் கியாரஸ்க்யூரோ முறையை பயன்படுத்தினர்.

கியாரஸ்க்யூரோ முறையில் கரவாஜியோ தீட்டிய ஓவியம்

Dr.Caligari Chiaroscuro

சிட்டிசன் கேன் (Citizen Kane)

க்ரைஸ் அண்ட் விஸ்பர்ஸ் (Cries and Whispers)

க்ரைஸ் அண்ட் விஸ்பர்ஸ்

அபோகலிப்ஸ் நவ் (Apocalypse now)

பேரி லிண்டன் (Barry Lyndon)
ஆகியவை கியாரஸ்க்யூரோ முறையில் ஒளியமைக்கப்பட்ட திரைப்படங்களாக குறிப்பிட்டு சொல்லலாம்.

இந்தியத் திரையுலகில் இயக்குநர் குரு தத் (Guru Dutt) அவர்களின் படைப்பில் உருவான பியாசா, காகஸ் கீ ஃபூல் ஆகிய திரைக்காவியங்களில் கியாரஸ்க்யூரோ முறை ஒளியமைப்பு சிறப்பாக உருவாக்கப்பட்டது. அக்காவியங்களை ஒளிப்பதிவு செய்தவர் இந்திய அரசின் உயரிய அங்கீகாரமான தாதா சாகேப் பால்கே விருதைப் பெற்ற ஒளிப்பதிவாளர் வி.கே.மூர்த்தி அவர்கள்.

தமிழ்த் திரையுலகில் இயக்குநர் ஸ்ரீதர் அவர்கள் இயக்கிய 'நெஞ்சில் ஓர் ஆலயம்' திரைப்படத்தில் ஒளிப்பதிவாளர் மாஸ்டர் வின்சென்ட் அவர்கள் ஒளி மற்றும் இருள் பகுதிகளை மிகச் சிறப்பாக வடிவமைத்தார்.

காகஸ் கீ ஃபூல் திரைப்படம்.

நெஞ்சில் ஓர் ஆலயம்.

சிட்டிசன் கேன் திரைப்படம்.

டேன்னபிரிஸம் (Tenebrism)

கியாரஸ்க்யூரோ போலவே டேன்னபிரிஸம் ஒரு புகழ்பெற்ற ஓவிய முறையாகும். கியாரஸ்க்யூரோவில் ஒளி மற்றும் இருள் சூழ்ந்து இருக்கும். டேன்னபிரிஸம் முறையில் ஒளி, இருள் நடுவே மென்மையான ஒளிப்பிரிவுகள் அடங்கியிருக்கும்.

டேன்னபிரிஸம் முறையை உருவாக்கியவரும் கரவாஜியோதான். அவரைத் தொடர்ந்து ஓவியர்கள் கெரிட் வான் ஹாந்த்ராஸ்ட் (Gerrit Van Hanthorst) ரெம்ப்ரண்ட் (Rembrandt) ஆகியோர் ஓவியத்தில் பின்பற்றத் தொடங்கினர். திரைப்படங்களிலும் டென்னபிரிஸம் முறையில் வந்த திரைப்படங்களான காட் ஃபாதர் II (God Father II), ரோட் டு பெர்டிசன் (Road to Perdition), ஸ்டால்கர் (Stalker) ஆகியன மிக முக்கியமான பதிவுகளாகும்.

காட் ஃபாதர் II திரைப்படம்

கெரிட் வான் ஹாந்த்ராஸ்ட் தீட்டிய ஓவியம்.

டேன்னபிரிஸம் (Tenebrism)

ஸ்டால்கர் திரைப்படம்

ரோட் டு பெர்டிசன் திரைப்படம்

பரந்த தன்மை ஒளியமைப்பு (Broad Lighting)

ஒளியமைப்பில் குறிப்பிட்ட கோணத்தில் கதாபாத்திரங்களுக்கு அதிக ஒளியுள்ள பகுதியாகவும் குறைந்த நிழல் பகுதி கொண்டதாக அமையும் அல்லது நிர்மாணிக்கப்படும். இவை பரந்த தன்மை கொண்ட ஒளியமைப்பாகக் கருதப்படுகிறது. தொழில்நுட்ப ரீதியாக பிராட் லைட்டிங் என்று அழைக்கப்படும்.

முதன்மை ஒளி காமிராவின் அருகில் இருக்க வேண்டும்.

ஒளியானது முகத்தில் காமிராவைப் பார்த்தவாறு உள்ள பகுதிக்கு இருக்க வேண்டும்.

குறுகிய முக அமைப்பு உள்ளவர்களுக்கு நல்ல பயனைத்தரும் ஒளியமைப்பு.

குறுகிய ஒளியமைப்பு (Short Lighting)

ஷார்ட் லைட்டிங் என்று அழைக்கப்படும் இந்த ஒளியமைப்பானது முகத்தின் நிழல் பகுதி காமிராவைப் பார்த்த வண்ணம் இருக்கும்.

- முதன்மை ஒளியை காமிரா சற்று தொலைவிலிருந்து பாய்ச்ச வேண்டும்.

- அகலமான, வட்டமான முக அமைப்பு கொண்டவர்கள் குண்டாக உள்ளவர்களுக்கு இந்த ஒளியமைப்பின் மூலம் விஷுவலாக மெலிந்த தன்மையை உருவாக்கலாம்.

இயற்கை ஒளியிலும் பரந்த மற்றும் குறுகிய ஒளியமைப்பை பெறலாம். சரியான திசையில் காமிராவை வைப்பதன் மூலமும் கதாபாத்திரங்கள் இருக்கும் கோணம் **(angle)** மற்றும் நிலையை **(position)** ஒளியமைப்புக்கு ஏற்றவாறு மாற்றி அமைப்பதன் மூலமாகவும் உருவாக்கலாம்.

ஷார்ட் லைட்டிங் - பால் பென் (கன்னடம்) திரைப்படக்காட்சி

ஒளியின் நிலைகள்
(Lighting Positions)

ஒளியமைப்பில் 3 பாயிண்ட் லைட்டிங் தவிரவும் பல்வேறு நிலைகளில் ஒளி பாய்ச்சப்படுகிறது.

டாப் லைட் (Top Light)

கதாபாத்திரங்களுக்கு மேலிருந்து ஒளி பாய்ச்சும் முறை டாப் லைட்டிங் ஆகும்.

இம்முறையில் கதாபாத்திரங்களின் தலைப்பகுதியில் நல்ல வெளிச்சம் ஏற்படும். முகத்தின் பெரும்பாலான பகுதியில் நிழல் படிந்து காணப்படும். குறிப்பாகக், கண்கள்.

க்ளோசப் காட்சியின் போது ஒளிப்பதிவாளர்கள் கண்களுக்குத் தனியாக சிறிய விளக்குகளின் மூலமாக ஒளியூட்டுவார்கள் அல்லது தெர்மகோல் வைத்து கண்களுக்கு ஒளிர்வு தருவார்கள்.

Top Lighting

Top Light

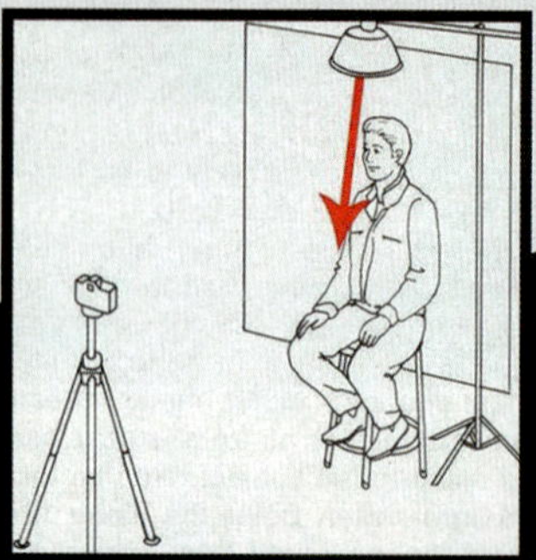

டாப் லைட் மூலம் பாய்ச்சப்படும் ஒளி பின்னணிக்கு செல்வதை மிக எளிதாகத் தடுக்க முடியும். அதே போல அரங்கத்தில் காமிரா மற்றும் கதாபாத்திரங்கள் சுதந்திரமாக எங்கு வேண்டுமானாலும் செல்ல டாப் லைட்டிங் முறை மிகவும் பயனளிக்கும்.

ஒளிப்பதிவாளர் கார்டன் வில்லிஸ், காட் ஃபாதர் திரைப்படத்தில் டாப் லைட்டிங் முறையில் ஒளியின் தன்மையைக் கொண்டு கதாபாத்திரங்களின் மனநிலையை சிறப்பாக ஒளிவடிவாகக் கொண்டு வந்தார்.

God Father - Top Lighting

தமிழில் ஒளிப்பதிவாளர் பி.சி.ஸ்ரீராம் அவர்கள் நாயகன், அக்னி நட்சத்திரம் போன்ற திரைப்படங்களில் டாப் லைட் மூலம் புதிய ஒளி அத்தியாயத்தை தொடங்கி வைத்தார்.

Nayagan - Top Lighting

ரிம் லைட் (Rim Light)

நாம் படமாக்கும் கதாபாத்திரம் அல்லது பொருளுக்கு விளிம்பு ஒளியை உருவாக்குவதே ரிம் லைட் ஒளியமைப்பு ஆகும்.

ஒளி விளக்குகளை கதாபாத்திரங்களுக்கு பின் வைத்து காமிராவை பார்த்த வண்ணம் ஒளியை பாய்ச்சும்போது விளிம்பில் உருவாகும் ஒளிக்கோடு நாம் வியக்கும் வகையில் சிறப்பானதாக அமையும்.

பொதுவாக, ரிம் லைட் ஒளி அளவு முதன்மை ஒளியை (key light) விட அதிகமாக இருக்க வேண்டும்.

Out of Past - Rim Lighting

வெறும் ரிம் லைட் வைத்து அதிக ஒளிர்வுடனும் முன் பகுதியிலிருந்து ஒளியைத் தவிர்த்தால் சில்லவுட் (silhouette) ஒளியமைப்பை சிறப்பாகப் பெற முடியும்.

தமிழில் இயக்குநர் எஸ்.பாலசந்தர் அவர்கள் இயக்கிய மர்மங்கள் நிறைந்த திரைக்கதையுடன் வடிவமைக்கப்பட்ட அந்த நாள் (1954) திரைப்படத்தில் ஒளிப்பதிவாளர் மாருதி ராவ் அவர்கள் ரிம் லைட்டிங் உத்தியை மிகச் சிறப்பாகக் கையாண்டார்.

ரிம் லைட்டிங் முறை பாலே (Ballet dance) நடன அமைப்புக்கும் சிறப்பானதாக இருக்கும்.

Rim lighting

RIM LIGHT

க்ராஸ் லைட்டிங் (Cross Lighting)

Cross Lighting

இரண்டு ஒளிவிளக்குகள் மூலமாக குறுக்கு திசையில் க்ராஸ் லைட்டிங் உருவாக்கலாம். இதன் பரந்த விரிவடையும் தன்மையால் கலைஞர்கள் விசாலமாக அரங்கில் அல்லது படப்பிடிப்பு தளத்தில் செல்லலாம். நடனம், விளையாட்டு மற்றும் சண்டைக் காட்சிகளுக்கு க்ராஸ் லைட்டிங் ஒளியமைப்பு பெரிதும் பயன்தரும். குறிப்பாக, சமமான ஒளியளவு பரப்பிற்கு கிடைக்கும்.

க்ராஸ் ஒளியமைப்பிற்கு கதாபாத்திரங்களுக்கு சற்று பின்னர் இரண்டு பக்கத்திலிருந்து உயர்வான நிலையிலிருந்து பாய்ச்சப்படும். இதை பின் குறுக்கு ஒளி (back cross light) என்றும் சொல்லலாம்.

இரண்டு கதாபாத்திரங்களின் தனிமை அல்லது காதல் உணர்வுகளை சித்தரிப்பதற்கும் குறுக்கு ஒளியமைப்பு சிறப்பானதாக இருக்கும்.

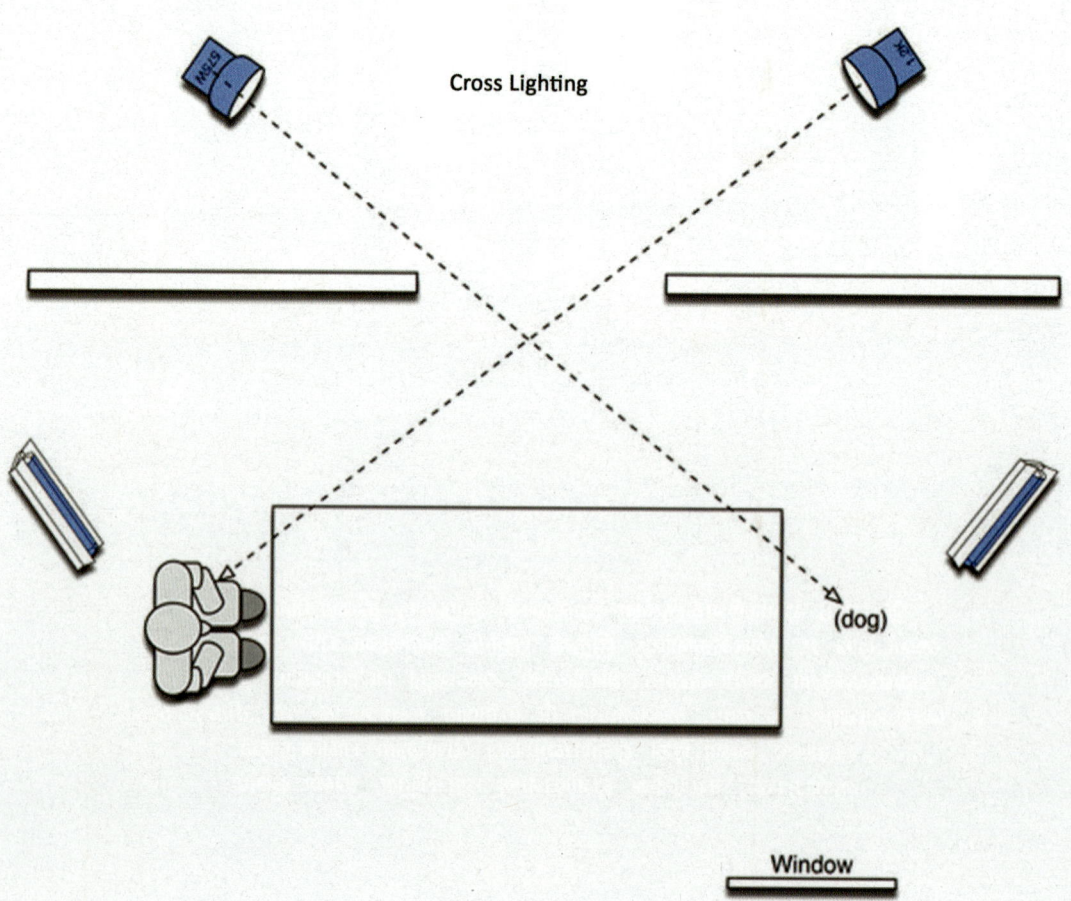

அண்டர் லைட்டிங் (Under Lighting)

ஒளி விளக்கை கதாபாத்திரம் அல்லது பொருளின் கீழே இருந்து மேல் நோக்கி ஒளியைப் பாய்ச்சும் முறை அண்டர் லைட்டிங் எனப்படும்.

ஒளியை கீழேயிருந்து கதாபாத்-திரங்களின் முகத்திற்கு பாய்ச்சுவதை கோஸ்ட் லைட்டிங் (Ghost lighting) என்றும் அழைக்கப்படுகிறது.

கீழேயிருந்து பவுன்ஸ் முறையில் ஒளியை பாய்ச்சினால் நேரடியாக செலுத்துவது போல் மிகவும் பயமுறுத்தும் தன்மை போல் இருக்காது.

இந்த அண்டர் லைட்டிங் முறையில் கண்ணாடி பொருட்களுக்கு ஒளியமைக்கும் போது வசீகரிக்கும் காட்சி கிடைக்கும்.

Types of Light Position

LIGHT 45 deg

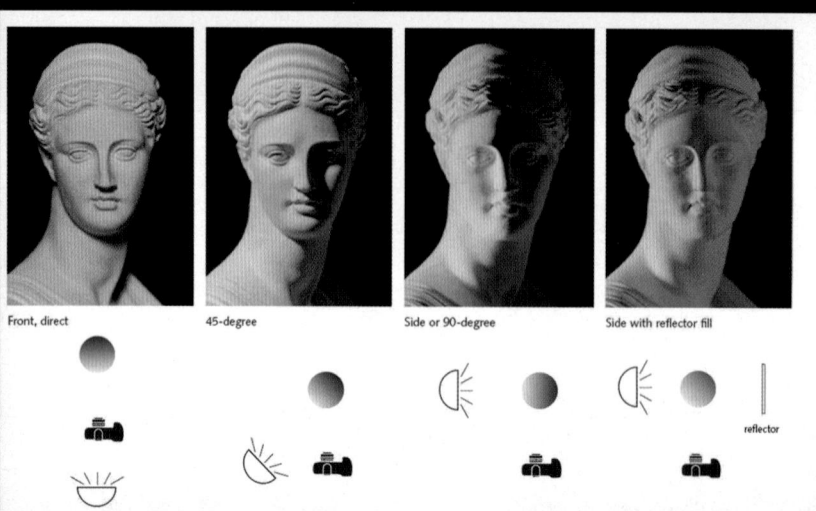

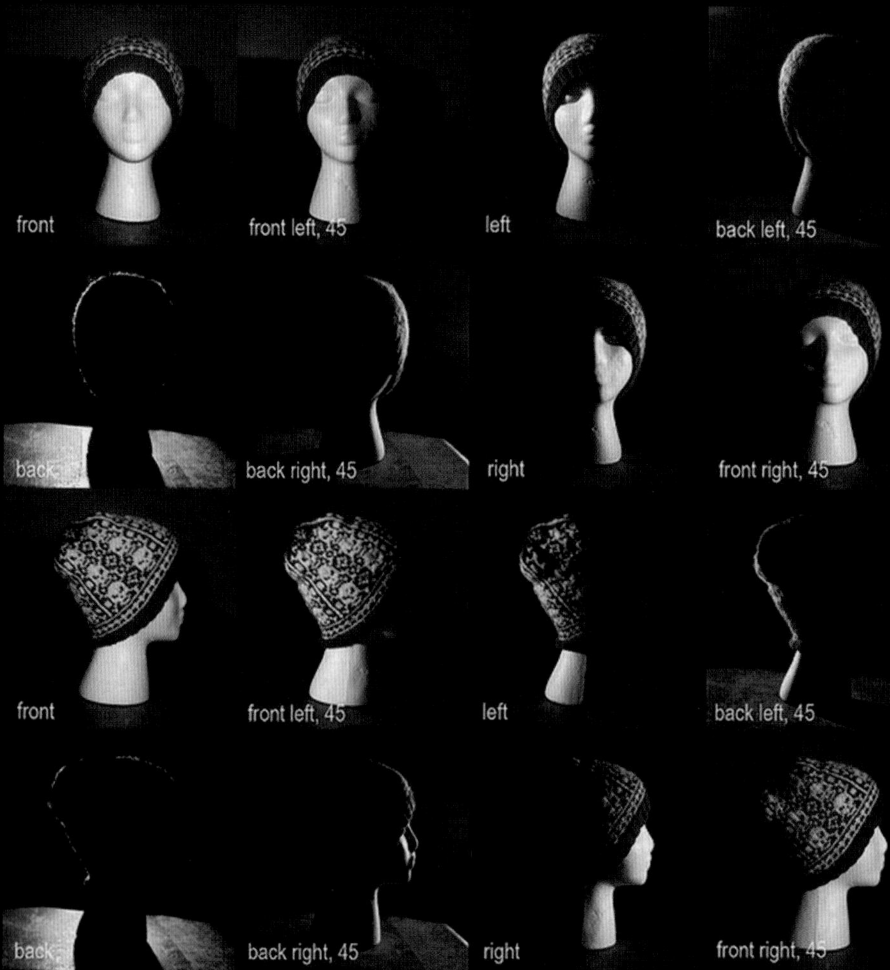

ஒளி உளவியல்
(Psychology of Lighting)

ஒளியானது வெளிச்சத்தை அளிப்பதோடு சூழ்நிலைகளை உருவாக்குகிறது. அதன் கோணம் மற்றும் அளவுகோல் மூலம் பல்வேறு உணர்வுகளைத் தூண்டுகிறது.

பிரகாசமான ஒளியமைப்பில் நமக்கு ஒரு அருகாமை உணர்வு ஏற்படுகிறது. நேரடி ஒளியானது (direct light) மனிதனின் மூளையில் தூண்டுதலை உருவாக்குகிறது.

நேராக இல்லாத எதிர் ஒளி, பவுன்ஸ் ஒளி ஆகியன அமை-தியான சூழ்நிலையை உருவாக்குகிறது.

குறைந்த ஒளி அளவின்போது மூளையில் மெலடோனின் சுரக்கிறது. இதனால் மூளையானது மனித உடலை ஆசுவாசப்படுத்துவதோடு உறக்க நிலைக்கும் அழைத்துச் செல்கிறது. அதனால்தான் ஒளி குறைந்த இடத்தில் ஒரு சிலருக்கு உடனடியாக உறக்கம் வருவதற்கு மெலடோனின் சுரப்பது காரணமாகும்.

ஒளியின் மாறுதலுக்கு ஏற்ப மனிதனின் உணர்விலும் குறிப்பிடத்தக்க மாற்றங்கள் நிகழ்கின்றன.

ஒளியின் மாறுதலுக்கு உரியவையாக கீழ்கண்டவற்றை சொல்லலாம்

Darkness - Stimulation in the mood for Love

இருள் (dim)

Shadow - Stimulation

சமச்சீர் ஒளி - ஒரு இடத்தை விரிவாக்கும் தன்மையைக் கொடுக்கும்.

சமச்சீர் ஒளி
(uniform)

சீரற்ற ஒளி
(non-uniform)

non-uniform Light

(Warm/cool)

Warm Lighting in the mood for Love

வெப்ப ஒளி - வெப்ப ஒளி பயன்படுத்தும்போது கதாபாத்திரமோ பொருளோ நெருக்கமான உணர்வை ஏற்படுத்தும்.

Cool Light - Blade Runner Film

குளிர் / சாந்தமான ஒளி - கூல் லைட் அதாவது குளிர்ந்த ஒளி விலகிச் செல்லும் உணர்வை ஏற்படுத்தும்.

ஆரம்பகால சினிமாவில் காமிராக்களும் காட்சிகளைப் பதிவு செய்யும் ∴பிலிம்களும் ஆரம்பகட்ட நிலையில் அதாவது ஒளி உணர்வு திறன் குறைந்த ∴பிலிம்கள் இருந்ததால் சூரிய ஒளியை மட்டுமே நம்பி இயங்கிக் கொண்டிருந்தன.

உட்புறப் படப்பிடிப்பின் போது ஒளியையும் அதன் அமைப்பையும் ஒளிப்பதிவாளர் தனது கட்டுப்பாட்டுக்குள் வைத்திருப்பது எளிது. ஆனால் வெளிப்புற ஒளியை கட்டுப்படுத்துவது என்பது ஒளிப்பதிவாளருக்கு மிகவும் சவால் நிறைந்ததாகும்.

நவீன காமிராக்களின் அறிமுகமும் விரைவு ஒளி லென்ஸ்களின் உருவாக்கமும் ஒளி உணர்வு திறன் வாய்ந்த ∴பிலிம்கள் மற்றும் இன்றைய டிஜிட்டல் காமிராக்கள் வரை புதுப்புது சக்தி வாய்ந்த எடை குறைந்த அதிக வெப்பத்தை வெளியேற்றாத ஒளி விளக்குகள் அறிமுகமாகிக் கொண்டே உள்ளன.

திரைப்பட ஒளிப்பதிவில் ஒளியானது சீரான தன்மையுடனும் பல்வேறு ஒளியளவுகளிலும் இயங்க வேண்டியிருப்பதால் செயற்கை ஒளி விளக்குகள் தயாரிக்கப்படுகின்றன.

வெளிப்புறப் படப்பிடிப்பின் போது பகல் நேரத்திற்கு ஹெச்.எம்.ஐ. விளக்குகள் பயன்படுத்தப்படுகின்றன.

பொதுவாக சூரிய ஒளியையும் வானத்திலிருந்து பிரதிபலிக்கின்ற ஒளியின் தன்மைக்கு ஏற்பவே ஒளி விளக்குகளை ஒளிப்பதிவாளர்கள் பெரும்பாலும் பயன்படுத்துவார்கள்.

வெளிப்புறப் படப்பிடிப்பில் செயற்கை ஒளியின் பயன்பாட்டை விட சூரிய ஒளியே முதன்மை ஒளியாக செயல்படுகின்றது.

படமாக்கப்படும் கதாபாத்திரங்கள் சூரிய ஒளியைப் பார்த்தவாறு ஒளி பெறும்போது அது நேரடி ஒளியமைப்பாகிறது (direct light).

காமிராவானது சூரிய ஒளியை பார்த்த வண்ணம் திசைகொள்ளும்போது (directional) கதாபாத்திரங்களுக்கு பின் ஒளியாக (back light) அமையும். அப்போது அவர்களின் முகத்திற்கு ஒளியூட்ட ரி∴ப்ளெக்டர்கள் அல்லது ஸ்கிரிம்மர்கள் பயன்படுத்தி சூரிய ஒளியை வாங்கி கதாபாத்திரங்களுக்கு ஒளியை பவுன்ஸ் செய்யலாம்.

ஒளியின் தன்மையை மாற்றியமைக்கும் தன்மையுடைய வெண்ணிற பவுன்ஸ் பலகைகள், ஸ்கிரிம்மர் ஆகியவற்றின் மூலம் சூரிய ஒளியை பிரதிபலிக்கவோ பரவவோ செய்யலாம். இயல்பான தன்மையுடனும் இருக்கும்.

நெகடிவ் ∴பில் (negative fill) மூலம் தேவையற்ற ஒளியைக் கட்டுப்படுத்த முடியும். கரு நிற பலகைகள் அல்லது துணிகள் மூலம் கதாபாத்திரங்களின் அருகாமையில் வைத்து கான்ட்ராஸ்ட் லைட்டிங் பெற முடியும்.

Reflector

Back Lighting

அதே போல நாம் அமைக்கும் ஃபிரேமில் கதாபாத்திரங்களின் பின்னணியில் அதிக ஒளி கவனத்தை ஈர்த்தால் அதை ஸ்கிரிம்மர் மூலம் மட்டுப்படுத்தலாம் அல்லது நெகடிவ் ஃபில் பயன்படுத்தியும் கரு நிறத் துணிகளைக் கொண்டு ஒளியைத் தடுக்கவும் செய்யலாம்.

வெளிப்புறப் படப்பிடிப்பின்போது ஒளியமைப்பில் கவனத்தில் கொள்ள வேண்டியது லைட்டிங் தொடர்ச்சியாகும் (Lighting continuity).

திரைப்படத்தில் வெறும் நான்கு நிமிடங்கள் மட்டுமே இடம்பெறும் ஒரு காட்சியை நாள் முழுவதுமோ அல்லது சில சமயங்களில் நாட்கணக்கில் கூட படமாக்க வேண்டியிருக்கும். அதனால் ஒளியின் தொடர்ச்சி மிகவும் முக்கியமானதாகிறது. அதற்கேற்ப கதாபாத்திரங்களும் காமிராவின் நிலையும் (position) இருக்க வேண்டும்.

முதல் மரியாதை திரைப்படத்தில் ஒளிப்பதிவாளர் B.கண்ணன் அவர்கள் படம் நெடுக பிரதான கதாபாத்திரங்களை பேக் லைட் முறையில் படமாக்கினார். இத்திரைப்படத்தின் பெரும்பாலான காட்சிகள் வெளிப்புற லொகேஷனில் படமாக்கப்பட்டவை.

காலை முதல் மாலை வரை பெரும்பாலும் பேக் லைட்டில் படமாக்க காமிராவை வடக்கு நோக்கி (north facing) அமைத்தார்.

அதே போல பேக் லைட்டில் படமாக்கும்போது சூரிய ஒளியின் மூலம் சில சமயம் பாறைகள் மற்றும் நீர் நிலைகளிலிருந்து வரும் கூசும் ஒளியைக் (glare) கட்டுப்படுத்த காமிரா லென்ஸில் போலரைசர் (polarizer) ஃபில்டரைப் பயன்படுத்தியிருக்கிறார்.

வெளிப்புறப் படப்பிடிப்பிற்கு தேவைப்படும் முக்கிய ஒளிச்சாதனங்கள்

- 4x4 சில்வர் ரி.ஃப்ளெக்டர்கள் (மென்மை பகுதி / வலுவானது) Reflector (hard/soft)
- ஸ்கிரிம்மர் (வெண்மை) 10x10 (Scrimmer White)
- ஸ்டாண்டுகள் (stands)
- கண்ணாடி ரி.ஃப்ளெக்டர்கள் (mirror reflectors)
- ஒளி தடுக்கும் கரு நிறக்கொடிகள் (black flags)
- ஹெச்.எம்.ஐ. விளக்குகள் (HMI lights)
- ஜெனரேட்டர் (generator)
- ஒளி ஜெல் ஃபில்டர்கள் (light gel filters)
- கரு நிறத்துணிகள் (black cloth)
- ஒளி புகும் வெண்ணிற துணிகள் (translucent)
- காம்பஸ் (திசைகாட்டி) (compass)
- ஒளி மீட்டர் (light meter)
- சில்வர் சில்க் துணிகள் (satin cloth)
- கோல்ட் ரி.ஃப்ளெக்டர் (gold reflector)

Top Light difusing

வெளிப்புறப் படப்பிடிப்பில் மதிய நேரத்தில் (சூரிய ஒளி) டாப் லைட்டில் படமாக்குவதை பல ஒளிப்பதிவாளர்கள் விரும்ப மாட்டார்கள்.

அதற்கு முக்கிய காரணம் முகத்தில் நிழல் சூழ்ந்தும் பின்னணியில் அதிகமான வெளிச்சமும் இருப்பதே ஆகும்.

அப்படி படமாக்க வேண்டிய சூழ்நிலையில் வைட் ஷாட் (wide shot) வைக்கும்போது ரி.ஃப்ளெக்டர்கள் அல்லது ஹெச்.எம்.ஐ. விளக்குகள் மூலம் முகத்தில் படியும் நிழல் பகுதிக்கு ஒளியூட்டலாம்.

Days of heaven
Twilight

மிட் ஷாட் மற்றும் க்ளோசப்பின் போது டாப் லைட் சூரிய ஒளியை விரவிகள் (Diffusers) மூலமாக கதாபாத்திரத்தின் தலைக்கு மேல் பொருத்தி டாப் லைட்டை மென்மையாக்கி அழகுணர்ச்சியைக் கூட்டலாம்.

வெளிப்புறப் படப்பிடிப்புக்கு செல்லும்போது அங்குள்ள சீதோஷ்ண நிலைக்கு ஏற்றவாறு ஒளிக்கருவிகளையும் அவற்றைப் பாதுகாப்பதற்கான உபரி சாதனங்களையும் எடுத்துச் செல்லவேண்டும்.

மழைக்காலத்தில் காமிராவுக்கு மட்டுமல்லாமல் ஒளி விளக்குகளுக்கும் பாதுகாப்பு உறைகள் மிக முக்கியம்.

மாலைநேரத்தில் வெளிப்புற ஒளி (ambient light) வேகமாக மறையும் தன்மை கொண்டது. அப்போது ஒளியை மிகக் கவனமாக கையாள வேண்டும். ஏனென்றால் நாம் படமாக்கும் பின்னணியின் ஒளியின் அளவு குறைந்து கொண்டே வரும். அதனால் நாம் ஒளியூட்டும் வெளிச்சம் அதற்கு ஏற்பவோ அல்லது குறைவாகவோ ஒளி அளவு இருக்க வேண்டும். இல்லாவிட்டால் பின்னணி இருண்டு விடும்.

இந்த மாதிரியான சூழ்நிலையில் ஒளியை பவுன்ஸ் செய்வதோடு ஒளியின் அளவை படிப்படியாக கட்டுப்படுத்த கம்பி வலைகளைக் (wire mesh nets) கொண்டும் பின்னணி ஒளியின் தன்மைக்கு பாலன்ஸ் செய்ய வேண்டும்.

பெரும்பாலான வெளிப்புற காட்சிகள் அந்தி நேரத்தில் படமாக்கப்பட்ட குறிப்பிடத்தகுந்த படம் டேஸ் ஆ்ஃப் ஹெவன் (Days of Heaven). 1978 ம் ஆண்டில் வெளிவந்த இத்திரைப்படத்தின் ஒளிப்பதிவு மிகப் பெரிய பாராட்டுக்களைப் பெற்றது. குறிப்பாக, அந்தி நேரத்தின் மிக மென்மையான ஒளியும் வானத்தில் ஏற்படும் வர்ண ஜாலங்களையும் அற்புதமாக ஒளிப்பதிவு செய்தார் நெஸ்டர் ஆல்மன்ட்ராஸ் (Nestor Almendros).

லைட்ஸ் (Lights)

திரைப்படத்துறையின் தேவைக்கு ஏற்றவாறு பல்வேறு ஒளி விளக்குகள் தயாரிக்கப்பட்டு வருகின்றன.

ஹெச்.எம்.ஐ. (HMI Lights)

டே லைட் என்று அழைக்கப்படும் ஹெச்.எம்.ஐ. லைட்டுகள் பகல் வெளிச்சத்தன்மைக்கு உகந்தவாறு, அதாவது 5500 டிகிரி கெல்வின் முதல் 6000 டிகிரி கெல்வின் நிற வெப்பத்திற்கு உட்பட்டு தயாரிக்கப் படுகின்றன.

ஹெச்.எம்.ஐ. விளக்குகள் ஜெர்மன் நாட்டு தொலைக்காட்சிக்காக தயாரிக்கப்பட்டு பிரபலமானவை. இந்தியாவில் ஒளிப்பதிவாளர் பி.சி.ஸ்ரீராம் அவர்கள் அவற்றை கற்பனைத் திறனுடன் அக்னி நட்சத்திரம் திரைப்படத்தில் கையாண்ட விதம் மிகப் பெரிய தாக்கத்தை ஏற்படுத்தியது.

ஹெச்.எம்.ஐ. லைட்டுகளை நீண்ட நேரம் தொடர்ந்து இயக்கலாம். இவ்விளக்குகள் பேலஸ்ட் என்ற எலக்ட்ரானிக் கருவி மூலம் ஸ்டார்ட் செய்யப்படுகிறது.

இவ்வகை விளக்குகளின் வெளிச்சம் முழுமையாகப் படர சில நிமிடங்கள் ஆகும்.

ஹெச்.எம்.ஐ. லைட்டுகளை அடிக்கடி ஆன்/ஆஃப் செய்யக்கூடாது. காட்சியின் நடுவே ஹெச்.எம்.ஐ. லைட் நிறுத்தப் பட்டாலோ அல்லது கேபிள் சரியாக பொருந்தாமல் அணைந்துவிட்டாலோ மீண்டும் அந்த லைட் எரிய இருபது நிமிடங்கள் ஆகிவிடும்.

H
M
I
L
I
G
H
T

ஹெச்.எம்.ஐ. லைட்டுகள் விலை உயர்ந்தவை. மிகவும் சக்திவாய்ந்த ஒளியைப் பாய்ச்சக்கூடியவை. இவ்வகை விளக்குகள் பகல் வெளிச்சத்திற்கு மிகச் சரியாக பொருந்தும் வகையில் தயாரிக்கப்படுகின்றன.

ஹெச்.எம்.ஐ. லைட்டுகள் பல்வேறு மாடல்களில் அதன் மின்சக்திக்கு ஏற்றவாறு தயாரிக்கப்படுகின்றன.

- 575 வாட் (watt)
- 1.2 கிலோ வாட் (kilo watt)
- 2.5 கிலோ வாட்
- 4 கிலோ வாட்
- 6 கிலோ வாட்
- 10 கிலோ வாட்
- 12 கிலோ வாட்
- 18 கிலோ வாட்

ஹெச்.எம்.ஐ. விளக்குகளில் உள்ள குறைபாடு காந்த பாலஸ்டுகள் (magnetic ballast) மூலம் இயக்கப்படும்போது லைட்டுகளிலிருந்து வெளிப்படும் ஒளி சிமிட்டும் (flicker) தன்மை கொண்டது.

HMI PAR Light

ஹெச்.எம்.ஐ. பாற் லைட் (HMI PAR Light)

பாற் லைட்டுகள் இன்று அதிகம் பயன்பாட்டிலிருக்கும் டே லைட் தன்மையுடைய விளக்குகளாகும். ஹெச்.எம்.ஐ. விளக்குகளின் நவீன வடிவமேயாகும். இவ்விளக்குகளில் வெளிச்சம் தரும் ஃபிலமெண்ட்டுடன் பேராபோலிக் ரிஃப்ளெக்டர் இருப்பதுதான் இதன் தனிச்சிறப்பாகும்.

பாற் விளக்குகள் மூலம் வெளிச்சத்தை கூட்டவோ குறைக்கவோ முடியும்.

பாற் லைட்டுகளின் ஒளியானது மிகவும் சக்தி வாய்ந்தது. அதே நேரத்தில் ஒளியில் சிமிட்டும் (flicker-free) பிரச்னை இருக்காது.

டங்க்ஸ்டன் லைட்டுகள் (Tungsten light)

டங்க்ஸ்டன் லைட்டுகள் - 3200 டிகிரி கெல்வின் நிறவெப்பத்திற்கு ஏற்றவாறு தயாரிக்கப்படுகின்றன.

இன்று பரவலான உபயோகத்தில் இருக்கும் டங்க்ஸ்டன் வகை விளக்குகள்:

பேபி லைட்கள் (Baby lights)

- ஜூனியர் 2 கிலோ வாட் (Junior 2kv)
- சீனியர் 5 கிலோ வாட் (Senior 5kv)
- டேன்னர் (Tenner)
- மல்ட்டி 20 (Multi 20 open face lights)

Junior Tungsten Light

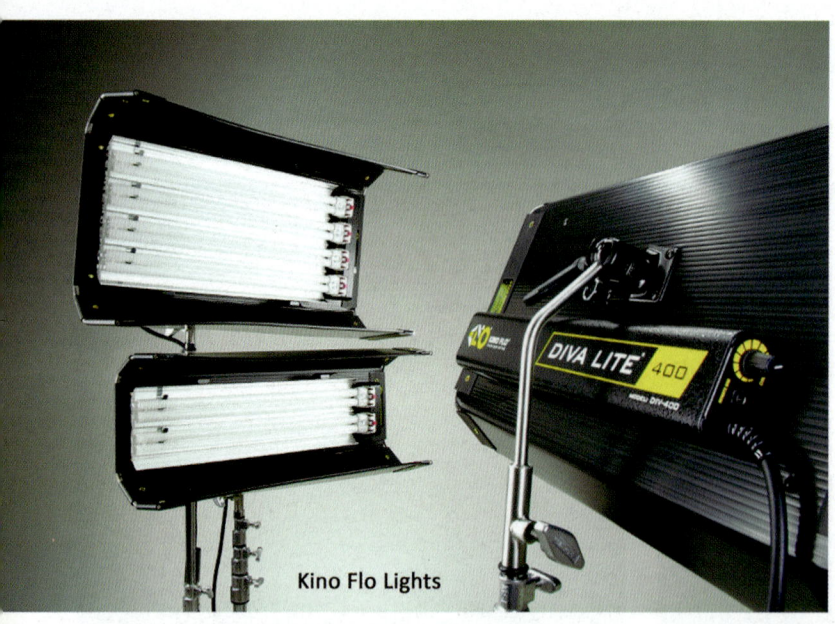

கினோ ∴ப்ளோ (Kino Flo)

மென்மையான ஒளியைத்-தரும் கினோ ∴ப்ளோ லைட்டுகள் இரண்டு வகை பல்புகளை மாற்றி நிறவெப்பத்திற்கு ஏற்ப பயன்படுத்தலாம். அதாவது 3200 டிகிரி கெல்வின் மற்றும் 5500 டிகிரி கெல்வின்.

பரவலான உபயோகத்தில் இருக்கும் மாடல்கள் 4 பாங்க் (4 bank) மற்றும் 10 பாங்க் (10 bank).

இதில் 4 பாங்க் மாடலில் நான்கு கினோ ∴ப்ளோ டியூப் பல்புகள் இருக்கும். 10 பாங்க் மாடலில் பத்து டியூப் பல்புகள் இருக்கும்.

இது தவிர,

- 9 இன்ச் மினி ∴ப்ளோ (9 inch mini flo)
- 12 இன்ச் மினி ∴ப்ளோ (12 inch mini flo)
- 2 அடி ஒற்றை விளக்கு (2 feet single fixture)
- 2 அடி இரட்டை விளக்கு (2 feet double fixture)
- 4 அடி ஒற்றை விளக்கு (4 feet single fixture)
- 4 அடி இரட்டை விளக்கு (4 feet double fixture)
- 6 அடி மெகா விளக்கு (6 feet mega fixture)
- 8 அடி மெகா விளக்கு (8 feet mega fixture)
- 8 அடி 4 பாங்க் விளக்கு (8 feet 4 bank fixture)

ஆகிய தயாரிப்புகளும் கிடைக்கின்றன.

இதில் 9 மற்றும் 12 இன்ச் மினி ∴ப்ளோ கார்களில் ஒளியமைக்க பெரிதும் பயன்படுகிறது.

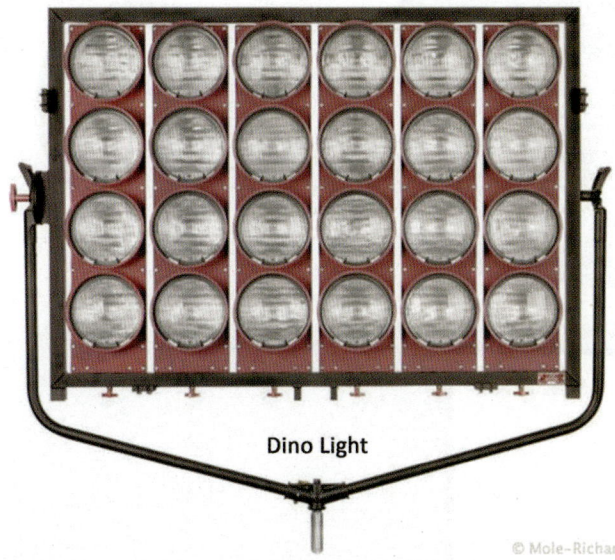

Dino Light

டினோ லைட்டுகள் (Dino Lights)

டினோ லைட் என்பது குறுகிய கோள வடிவத்தில் பல விளக்குகள் கொண்ட ஒற்றை அமைப்பாகும்.

உதாரணம்: 24 லைட் டினோ வில் இருபத்தி நான்கு கோள வடிவ விளக்குகள் கொண்டதாகும்.

டினோ லைட்டுகள் இரவு நேர ஒளியமைப்பிற்கு பெரிதும் பயன்படும். குறிப்பாக சக்தி வாய்ந்த ஒளியை மிகப்பெரிய பரப்பிற்கு சமச்சீர் ஒளியை பாய்ச்ச உதவும்.

Dino Lights

சிலிண்டர் வடிவில் இருக்கும் இந்த லைட் மேற் பகுதியில் பல்புகளைக் கொண்டதாகும். அவை கீழ் நோக்கி இருக்குமாறு பொருத்தப்பட்டிருக்கும். கீழ்ப்பகுதியில் வெண்ணிற ஒளி புகும் சில்க் துணியால் வடிவமைக்கப்பட்டிருக்கும்.

ஸ்பேஸ் லைட் (Space Light)

Space Light

வெளிப்பக்கம் வட்டமாக வெண்ணிற ஒளி புகும் தன்மையில் ஒரு மாடலும் ஒளி சிதறாத கருப்புத்துணி கொண்டிருக்கும் மாடல்களிலும் வருகிறது.

Space Light

ஸ்பேஸ் லைட் பொதுவாக மேலே இருந்து தொங்கவிடப்பட்டு உபயோகப்படுத்தப்படுகிறது.

ஸ்பேஸ் லைட் மூலமாக வரும் ஒளி மிக மென்மையாக படரும் தன்மை கொண்டது. ஒரு பெரிய அரங்கத்தில் முற்றிலும் மென்மையான ஒளி படரவும், ஸ்பெஷல் எ.்.பெக்ட்ஸ் காட்சிகளுக்கான பச்சை மற்றும் நீல நிற பின்னணியில் (green & blue matte) படமாக்க சீரான ஒளித்தன்மை தேவைப்படுகிறது. அதனால் ஸ்பேஸ் லைட் பயன்படுத்தப்படுகிறது

Space Light

ஜோக்கர் பக் (Joker Bug)

பாற் விளக்கின் தன்மையில் இயங்கும் ஜோக்கர் பக் மிகவும் கச்சிதமாக வடிவமைக்கப்பட்ட சக்தி வாய்ந்த ஒளி விளக்கு. இதன் உள்ளே மென்மையான டியூப் இருப்பதால் மிகவும் அடர்த்தியான ஸ்பாட் லைட் முதல் நீண்ட படர் ஒளி பாய்ச்சும் தன்மையில் தயாரிக்கப்படுகிறது.

பலூன் லைட்டுகள் (Balloon Lights)

பலூன் லைட்டுகள் ஹீலியம் வாயுவால் (Helium gas) நிரப்பப்பட்டிருக்கும். ஹெச்.எம்.ஐ. ஹீலியம் பலூன் லைட் மூலம் மிகப்பெரிய பரப்பிற்கு மென்மையாகவும் அதே சமயம் சீராகவும் நிலா ஒளியைப் போன்று பாய்ச்ச முடியும். சுமார் 1000 முதல் 30,000 சதுர மீட்டர் பரப்பிற்கு ஒளியூட்ட முடியும்
.

ஹெச்.எம்.ஐ. பலூன் லைட் 2000 வாட் டிலிருந்து 20,000 வாட் வரை பல்வேறு மாடல்களில் உள்ளன.

Ballo
Lig

Balloon Light

Balloon Light

Balloon
Lights

பந்து வடிவில் உள்ள சீன லைட்டிங் ஒளி புகும் தன்மையுடைய காகிதங்களால் உருவாக்கப் படுகிறது. இதை சிறிய இடத்தில் எளிதாகத் தொங்கவிடலாம்.

சீன பந்து ஒளி
(China Ball Light)

China Ball

பந்தின் உள்ளே நமக்குத் தேவையான அதிக வெப்பத்தை உருவாக்காத பல்புகளை பொருத்திக் கொள்ளலாம்.

பொதுவாக ∴போட்டோ ∴ப்ளட் பல்புகளை அதிகம் பயன்படுத்துவர்.

இவற்றின் ஒளியானது மிக மென்மையாக படரும் தன்மை வாய்ந்தது. அதே போல மிகவும் குறைந்த விலையில் எளிதாக வாங்க முடியும் ஒளி விளக்காகும்.

ப்ராக்டிகல் லைட்ஸ் (Practical Lights)

பொதுவாக ஒரு காட்சிக்கு ஒளியமைப்பு செய்யும்போது ஒளி விளக்குகளை சட்டகத்திற்கு வெளியே வைத்தே செய்யப்படும்.

சில ஒளிவிளக்குகள் சட்டகத்தின் உள்ளே காணப்படும். அது, காட்சிக்கு தேவையானதாகவும் இருக்கும். இது ப்ராக்டிகல் லைட் என்று அழைக்கப்படும்.

உதாரணம்: டேபிள் லாம்ப், தெரு விளக்குகள், கார் ஹெட்லைட்டுகள், கிருஸ்துமஸ் விளக்குகள், சீலிங் விளக்குகள் இப்படி பல்வேறு வகையான விளக்குகள் உள்ளன. சில சமயங்களில், ப்ராக்டிகல் விளக்குகளைப் கொண்டே ஒளிப்பதிவாளர்கள் காட்சிக்கு ஒளியூட்டுவார்கள்.

Practical Light

LED Light dimmer

லைட் டிம்மர் (Light Dimmer)

டிம்மர்கள் மூலம் வெளிச்சத்தை கட்டுப்படுத்த முடியும். டங்க்ஸ்டன் எல்.இ.டி. விளக்குகளில் அதிகம் பயன்படுத்தப்படுகிறது. டிம்மர்கள் மூலமாக ஒளியை சீராக இருளில் இருந்து முழு ஒளிர்வுக்கும் அதே போல வெளிச்சத்திலிருந்து இருளுக்கும் கொண்டு வர முடியும் (fade in / fade out).

டிம்மர்கள் மூலம் ஒளியின் அளவை குறைக்க முடியும். டங்க்ஸ்டன் விளக்குகளில் டிம்மர் மூலம் ஒளியின் அளவை குறைத்தால் ஒளியின் நிறவெப்பம் குறைந்து ஒளியின் நிறத்தில் சிவப்புத் தன்மை அதிகரிக்கும்.

எல்.இ.டி. பேனல் லைட் (LED Panel Lights)

ஒளி உமிழும் டயோட்களால் ஆன எல்.இ.டி. லைட்டுகள் இன்று திரைப்பட ஒளிப்பதிவில் பெரிதும் பயன்படுத்தப் படுகின்றன. இவை 3200 டிகிரி மற்றும் 5500 டிகிரி நிறவெப்பத்திற்கு ஏற்றாற்போல தயாரிக்கப்படுகின்றன.

டங்க்ஸ்டன் எல்.இ.டி. பேனல்

100 வாட், 150 வாட், 1000 வாட், 2000 வாட் என்று பல மாடல்களில் கிடைக்கின்றன.

டே லைட் எல்.இ.டி. பேனல்

100 வாட் (HMI), 125 வாட் (HMI), 575 வாட் (HMI), 300 வாட் (HMI) இப்படி பல்வேறு மாடல்களில் வருகின்றன.

புகழ்பெற்ற ஆரி (ARRI) நிறுவனமும் எல்.இ.டி. பல்ப் கொண்டு எல் வரிசை ஒளிவிளக்குகளை அறிமுகம் செய்துள்ளது.

ஜெனரேட்டர் (Generator)

ஜென்னி (Jenny) அல்லது ஜென்செட் (Gen set) என்று அழைக்கப்படும் ஜெனரேட்டர் கருவி எரிபொருளான டீசல் மற்றும் பெட்ரோல் கொண்டு மின்சாரம் தயாரிக்கப் பயன்படுத்தப்படுகிறது.

திரைப்படப் படப்பிடிப்பின்போது பல்வேறு ஒளிவிளக்குகளை இயக்குவதற்கு தடையற்ற மின்சாரம் தேவைப்படுகிறது. அதற்கு ஜெனரேட்டரின் தேவை அத்தியாவசியமாகிறது.

வெளிப்புறப் படப்பிடிப்பின் போதும் இதன் தேவை முக்கியமாகிறது. ஜெனரேட்டர் 50 கிலோ வாட், 80 கிலோ வாட், 120 கிலோ வாட் என்று பல்வேறு வகைகளில் நம் தேவைக்கு ஏற்ப கிடைக்கின்றன.

சைலண்ட் வகை ஜெனரேட்டர்கள் இன்று அதிகம் பயன்படுத்தப்படுகின்றன.

மிகவும் குறைந்த ஒளி விளக்குகள் அதாவது ஐந்து கிலோ வாட்டுக்கும் குறைவாக இருந்தால் சிறிய ஹோண்டா (Honda) ஜெனரேட்டர்களைப் பயன்படுத்தலாம்.

ஒளியமைப்பு குழு (Lighting Crew)

திரைப்பட ஆக்கத்தில் திறன் வாய்ந்த தொழில்நுட்ப வல்லுநர்கள் அடங்கிய குழு ஒளிப்பதிவு இயக்குநருடன் இணைந்து வேலை செய்வதன் மூலம் ஒளியமைப்பு செயல்படுத்தப்படுகிறது.

திரைப்படத்திற்கான ஒளியமைக்கும் பணியானது மிக விரைவாகவும் ஒளிப்பதிவாளரின் தேவைகளை மிகச்சரியாக புரிந்து கொண்டும் பாதுகாப்பாகவும் செயல்பட வேண்டியிருக்கும். அதனால் இவற்றைப் பற்றி முற்றிலும் அறிந்த தொழில்நுட்ப வல்லுநர் ஒருவரின் தலைமையில் லைட்டிங் குழு இயங்கும்.

ஒளியமைப்பு குழுவின் தலைமை பொறுப்பை ஏற்பவர் கே.ஃ.பர் (Gaffer) என்று அழைக்கப்படுவார். எலக்ட்ரீஷியன் மற்றும் லைட்மென் துணையுடன் ஒளியமைக்கும் பணிகள் நடைபெறும்.

ஒளிவிளக்குகளின் எண்ணிக்கை மற்றும் வரையறைகளுக்கு ஏற்ப இக்குழுவினரின் எண்ணிக்கையும் மாறுபடும்.

இக்குழுவினரின் பணி என்பது ஒளிவிளக்குகளைப் பொருத்தி அவற்றிற்கு மின்னிணைப்பு வழங்குவது மட்டுமல்ல. ஒளிப்பதிவாளரின் விருப்பத்தின்படி ஒளியின் அளவை கட்டுப்படுத்துவது, தேவையற்ற ஒளிச்சிதறல்களைத் தடுப்பது, ஒளியின் தன்மையை மாற்றியமைப்பது போன்ற பணிகளையும் இக்குழுவினர் திறம்படச் செய்வர். லைட்டிங் யூனிட் என்று அழைக்கப்படும் இக்குழுவின் பணி நேரம் கால்ஷீட் முறையில் கணக்கிடப்படுகிறது.

லைட்டிங் டிசைனர் என்றும் கே.ஃ.பர் அழைக்கப்படுவார். இந்திய திரைப்படத் துறையில் பெரிய பட்ஜெட் படங்களுக்கு மட்டுமே கே.ஃ.பர் பயன்படுத்தப்படுகிறார்கள்.

பொதுவாக ஒளியமைப்புக் கருவிகளை வெளிப்புறப் படப்பிடிப்பு யூனிட் அதாவது அவுட்டோர் யூனிட் என்று அழைக்கப்படும் நிறுவனங்களில் இருந்து ஒளிவிளக்குகள் மற்றும் இதர கருவிகளை வாடகைக்கு எடுத்து படப்பிடிப்பிற்கு பயன்படுத்தப்படுகிறது.

ஜெனரேட்டர் மற்றும் ஒளிவிளக்குகள் இதர சாதனங்களோடு அவுட்டோர் யூனிட் வாகனத்தில் வரும்.

கே.ஃ.பரை பயன்படுத்தாத சூழ்நிலையில் அவுட்டோர் யூனிட்டில் அனுபவம் வாய்ந்த லைட்மேன் அல்லது எலக்ட்ரீஷியனின் தலைமையில் ஒளியமைப்பு குழு இயங்கும். பொதுவாக, எட்டு அல்லது பத்து லைட்மென்கள் படப்பிடிப்பு தளத்தில் வேலை செய்வார்கள். இந்த கணக்கும் ஒளிவிளக்குகளின் எண்ணிக்கையைச் சார்ந்தே அமையும்.

ஒளிவிளக்குகளுக்கு மின்னிணைப்பு கொடுப்பது, நிர்மாணிப்பது, லைட்டிங் பல்புகளைப் பராமரிப்பது, ஒளிவிளக்குகளை சரிபார்ப்பது போன்றவை எலக்ட்ரீஷியனின் முக்கிய பணிகளாகும்.

Cine works grip

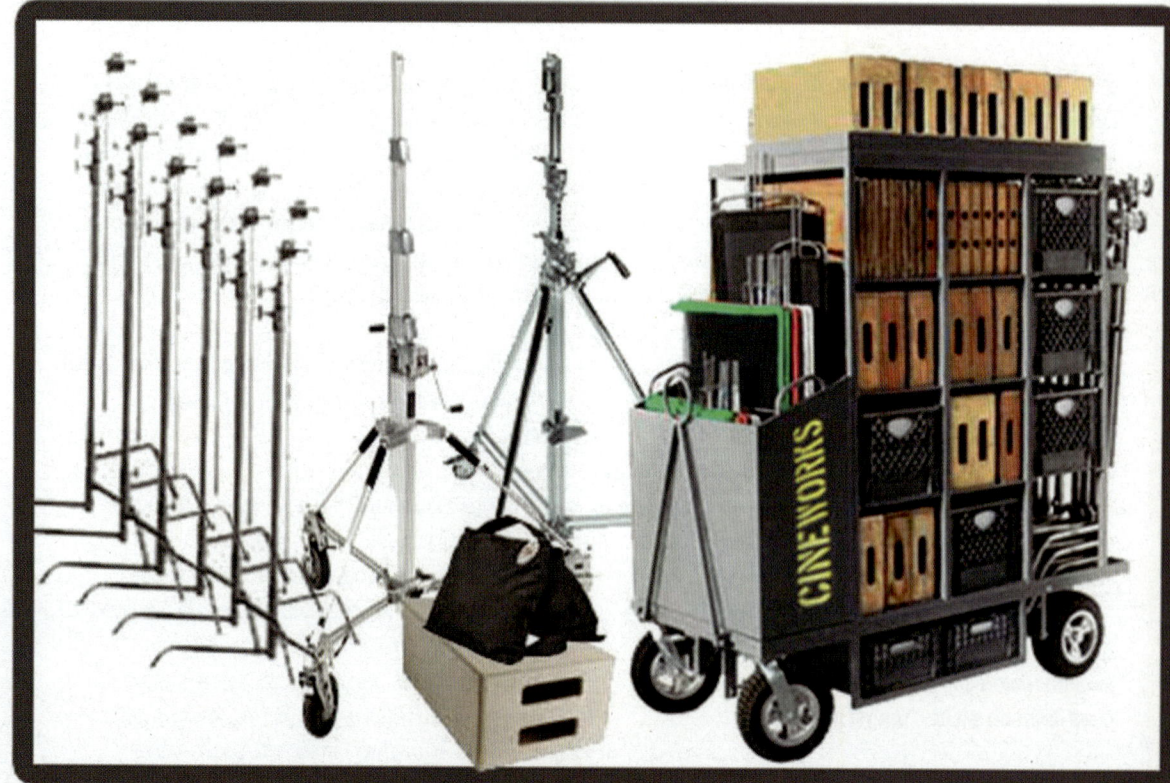

Cine works grip

சி.ஜெ.ராஜ்குமார்

திசை ஒளி

A BOOK ON ADVANCED FILM LIGHTING

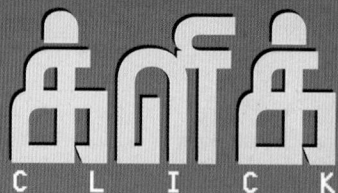

க்ளிக்

CLICK

சி.ஜெ.ராஜ்குமார்

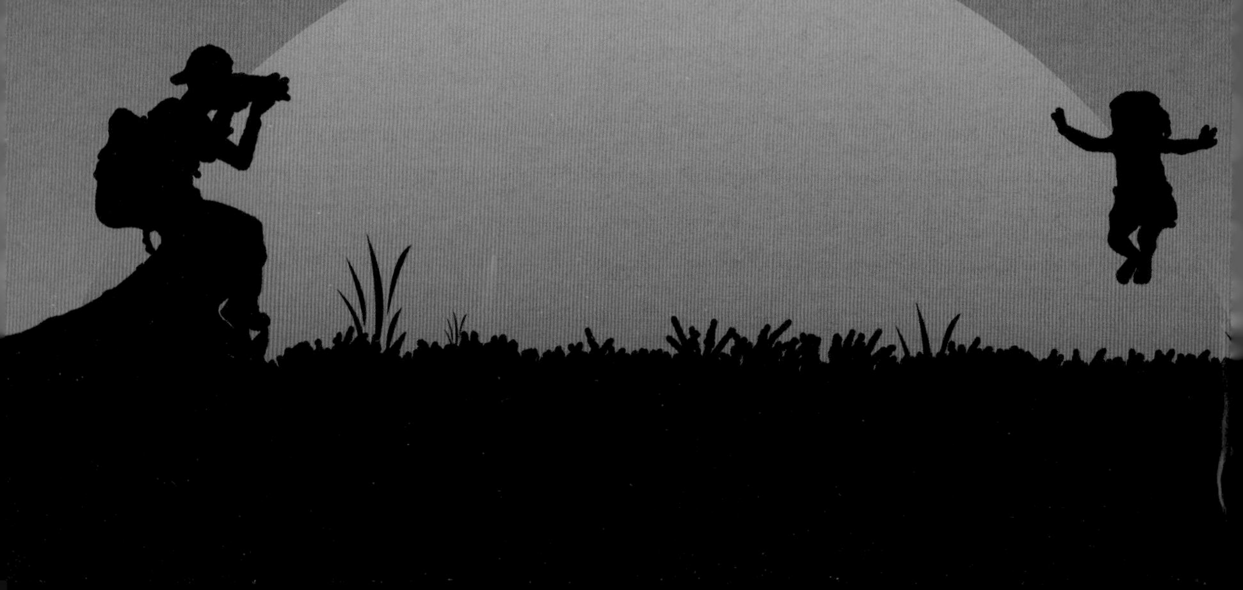